- *Mapigo Kumi*

Maisha ya Kutotii *na Maisha* ya Kutii

Dr. Jaerock Lee

"Maana nayajua mawazo ninayowawazia ninyi, asema Bwana, ni mawazo ya amani wala si ya mabaya, kuwapa ninyi tumaini siku zenu za mwisho." (Yeremia 29:11)

Maisha ya Kutotii na Maisha ya Kutii
by Dr. Jaerock Lee
Kimechapishwa na Urim Books (Mwakilishi: Johnny. H. Kim)
235-3, Guro-dong 3, Guro-gu, Seoul, Korea
www.urimbooks.com

Haki zote zimehifadhiwa. Hairuhusiwi kunakili kitabu hiki au sehemu ya kitabu hiki katika mfumo wa aina yoyote, kutunzwa katika mfumo ambao kinaweza kusambazwa au kupatikana tena kwa namna au njia yoyote ile, au kubadilishwa katika namna yoyote ile, kielekroniki, kimakenika, kutolewa kivuli (fotokopi), kurekodiwa au vinginevyo, bila idhini ya maandishi kutoka kwa mchapaji.

Isipokuwa vinginevyo kama imebainishwa, nukuu yote ya Maandiko imechukuliwa kutoka katika Biblia ya Kiswahili – Union Version iliyochapishwa na Chama cha Biblia cha Kenya na Chama cha Biblia cha Tanzania ©1997 Imetumiwa kwa ruhusa.

Hakimiliki © 2008 na Dr. Jaerock Lee
ISBN: 979-11-263-1254-2 03230
Hakimiliki ya Kutafsiri ©2008 na Dr. Esther K. Chung Imetumiwa kwa ruhusa.

Awali kilichapishwa kwa Kikorea na Urim Books 2007

Kimechapishwa kwa Mara ya Kwanza Machi 2008

Kimehaririwa na Dr. Geumsun Vin
Jalada limesanifiwa na Editorial Bureau of Urim Books
Kwa taarifa zaidi wasiliana na urimbook@hotmail.com

Dibaji

Vita vya Wenyewe kwa Wenyewe vya Marekani vilifikia kilele wakati raisi wa 16, Abraham Lincoln, alipotangaza siku ya maombi ya kufunga tarehe 30 Aprili, 1863.

"Mabaa ya kuogofya wakati huu yanaweza kuwa adhabu ya dhambi za mababa zetu. Tulijivuna kupita kiasi kwa sababu ya ufanisi na utajiri wetu. Tulijivuna sana hivi kwamba tukasahau kumwomba Mungu aliyetuumba. Ni lazima tuungame dhambi za taifa letu na tumwombe Mungu aturehemu na atukirimie neema yake kwa unyenyekevu. Hili ni jukumu la raia wa Marekani."

Kama kiongozi huyo mkuu alivyopendekeza, Wamarekani wengi hawakula kwa siku nzima na wakampelekea Mungu maombi ya kufunga.

Lincoln alimwomba Mungu kwa unyenyekevu na akaiokoa Marekani kutoka kwa utengano. Kwa kweli, majibu ya matatizo yetu yote tunaweza kuyapata kwa Mungu.

Injili imehubiriwa na wahubiri wengi katika karne zote, lakini watu wengi hawasikii neno la Mungu, wakisema ni heri wangejiamini wenyewe.

Leo, kuna mabadiliko ya vipimo vya joto yasiyokuwa ya kawaida na mabaa ya asilia yanafanyika kila mahali ulimwenguni. Hata pamoja na maendeleo katika madawa, kuna magonjwa mapya ambayo yamekuwa sugu kwa matibabu na ambayo yanaendelea kuwa mabaya zaidi.

Watu wanaweza kujiamini wao wenyewe. Watu wanaweza kuwa mbali na Mungu, lakini tunapotazama maishani mwao, hatuwezi kuyaeleza bila kutaja maneno kama wasiwasi, uchungu, umaskini, na magonjwa.

Mtu anaweza kupoteza afya yake kwa siku moja. Watu wengine hupoteza jamaa zao wawapendao au kupoteza mali zao zote kwa sababu ya ajali. Wengine wanaweza kuwa na mambo mengi magumu katika biashara zao na mahali pao pa kazi.

Wanaweza kulia, "Kwa nini mambo haya yanatendeka kwangu?" Lakini hawajui suluhisho ni nini? Waamini wengi hukumbwa na majaribu na mitihani na hawajui jinsi watakavyotoka.

Lakini kila kitu kina sababu yake. Matatizo yote na magumu yote pia yana sababu.

Mapigo Kumi yaliyotupwa juu ya Misri, na sheria ya Pasaka ivyonakiliwa katika Kitabu cha Kutoka inatupatia kidokezi cha suluhisho la aina zote za matatizo ambayo wanadamu wote hukabiliana nayo hapa duniani leo.

Kiroho, Misri ni ulimwengu na funzo la Mapigo Kumi juu ya Misri linatumiwa juu ya kila mtu ulimwenguni kote hata leo. Lakini si watu wengi wanaotambua mapenzi ya Mungu yaliyo katika hayo Mapigo Kumi.

Kwa kuwa Biblia haisemi kwamba ni 'Mapigo Kumi,' watu wengine husema kwamba ni kumi na moja au hata mapigo kumi na mawili.

Maoni ya awali yanajumuisha kisa cha kugeuza fimbo ya Haruni kuwa nyoka. Lakini kwa kweli hakuna uharibifu wowote unaoletwa kwa kuona nyoka, kwa hiyo, kwa maana fulani, ni vigumu kukijumuisha kama mojawapo ya mapigo.

Lakini kwa kuwa nyoka kule jangwani ana sumu kali sana ya kuua mtu yeyote kwa kumuuma mara moja, mtu anaweza kutishika sana akimwona tu nyoka. Hiyo ndiyo sababu watu wengine hukijumuisha kisa hicho kama mojawapo la mapigo.

Maoni ya baadaye yanajumuisha kisa cha fimbo kugeuka nyoka na pia kifo cha askari wa Misri katika Bahari ya Shamu. Kwa kuwa watu wa Israeli walikuwa hawajawahi kuvuka Bahari ya Shamu wakati huo, wanajumuisha kisa hiki na kusema kulikuwa na mapigo kumi na mawili. Lakini jambo la muhimu si idadi ya mapigo ila maana ya kiroho na upaji wa Mungu ulio ndani yao.

Katika kitabu hiki kumewekwa taswira ya kupingana, maisha ya Farao, aliyekosa kutii neno la Mungu, na maisha ya Musa aliyeishi maisha ya utiifu. Pia kina upendo wa Mungu ambaye kwa huruma zake zisizo na mwisho hutujuza njia ya wokovu kupitia kwa kusherehekea Pasaka, sheria ya tohara, na maana ya Siku Kuu ya Mikate Isiyochachwa.

Farao alishuhudia uwezo wa Mungu lakini bado akakosa kumtii, na hivyo akaanguka katika hali isiyoweza kurudishwa nyuma. Lakini Waisraeli walikuwa salama kutoka kwa mabaa yote kwa sababu walimtii Mungu.

Sababu inayomfanya Mungu atwambie juu ya hayo Mapigo

Kumi ni kutufanya tutambue ni kwa nini majaribu na mitihani huja juu yetu, ili tuweze kutatua matatizo yote ya maisha na kuishi maisha yasiyokuwa na mabaa yoyote.

Zaidi ya hayo, kwa kutwambia juu ya baraka zitakazokuja juu yetu tutakapotii, anatutaka tuupate ufalme wa mbinguni kama watoto wake.

Wale wanaosoma kitabu hiki wataweza kupata funguo za kutatulia matatizo ya maisha. Watahisi kutoshelezwa kwa roho kama vile wanavyoonja maji ya mvua baada ya kipindi kirefu cha kiangazi, na waelekezwe katika njia ya majibu na baraka.

Ninamshukuru Geumsun Vin, mkurugenzi wa halmashauri ya uhariri na wafanyakazi wote waliowezesha kitabu hiki kichapishwe. Ninaomba katika jina la Bwana Yesu Kristo kwamba wasomaji wote wataishi maisha ya utiifu ili waweze kupokea upendo na baraka za ajabu kutoka kwa Mungu.

Julai 2007
Jaerock Lee

JEDWALI LA YALIYOMO

Dibaji

Maisha ya Kutotii · 1

Sura ya 1
Mapigo Kumi Yanatupwa juu ya Misri · 3

Sura ya 2
Maisha ya Kutotii na Mapigo · 19

Sura ya 3
Mapigo ya Damu, Vyura, na Chawa · 31

Sura ya 4
Mapigo ya Nzi, Tauni, na Majipu · 49

Sura ya 5
Mapigo ya Mvua ya Mawe na Nzige · 65

Sura ya 6
Mapigo ya Giza na Kifo cha Wazaliwa wa Kwanza · 79

Kuhusu Maisha ya Kutii · 93

Sura ya 7
Pasaka na Njia ya Wokovu · **95**

Sura ya 8
Tohara na Meza ya Bwana · **111**

Sura ya 9
Kutoka na Siku Kuu ya Mikate Isiyochachwa · **129**

Sura ya 10
Maisha ya Kutii na Baraka · **143**

Kuhusu
Maisha ya Kutotii

Lakini itakuwa
usipotaka kuisikiza sauti ya BWANA Mungu wako,
usiyaangalie kufanya maagizo yake yote
na amri zake, nikuagizazo hivi leo,
ndipo zitakapokujia laana hizi zote
na kukupata:
"Utalaaniwa mjini,
utalaaniwa na mashambani.
Litalaaniwa kapu lako na chombo chako cha kukandia.
Utalaaniwa uzao wa tumbo lako,
na uzao wa nchi yako,
maongeo ya ng'ombe wako, na wadogo wa kondoo zako.
Utalaaniwa uingiapo,
utalaaniwa na utokapo
(Kumbukumbu la Torati 28:15-19).

Sura ya 1

Mapigo Kumi Yanatupwa juu ya Misri

Kutoka 7:1-7

BWANA akamwambia Musa, "Angalia, nimekufanya wewe kuwa kama Mungu kwa Farao; na huyo ndugu yako Haruni atakuwa nabii wako. Utanena hayo yote nikuagizayo; na ndugu yako Haruni atanena na Farao, ili awape wana wa Israeli ruhusa watoke nchi yake. Nami nitaufanya mgumu moyo wa Farao, nami nitazifanya kuwa nyingi ishara zangu na ajabu zangu katika nchi ya Misri. Lakini Farao hatawasikiza ninyi, nami nitaweka mkono wangu juu ya Misri, na kuyatoa majeshi yangu, watu wangu, hao wana wa Israeli, watoke nchi ya Misri kwa hukumu zilizo kuu. Na Wamisri watajua ya kuwa mimi ndimi BWANA, hapo nitakapounyosha mkono wangu juu ya Misri na kuwatoa wana wa Israeli watoke kati yao." Musa na Haruni wakafanya vivyo; kama BWANA alivyowaambia, ndivyo walivyofanya. Huyo Musa alikuwa ni mtu wa miaka themanini umri wake, na Haruni alikuwa ni mtu wa miaka themanini na mitatu, hapo waliponena na Farao

Kila mmoja ana haki ya kuwa na raha, lakini kwa kweli si watu wengi wenye raha. Hasa katika ulimwengu wa leo ambao umejaa sana aina mbalimbali za ajali, magonjwa, na uhalifu ni vigumu kumhakikishia mtu yeyote raha.

Lakini kuna mtu mmoja anayetaka tuwe na raha kuliko mtu mwingine yeyote. Ni Mungu Baba yetu aliyetuumba. Katika moyo wa wazazi wengi kuna tamanio la kuwapatia watoto wao kila kitu bila masharti, kwa ajili ya raha yao. Mungu wetu anatupenda zaidi sana kuliko wazazi wowote na anataka kutubariki zaidi sana kuliko vile mzazi yeyote anavyotamani.

Mungu huyu anawezaje kamwe kutaka watoto wake wapate maumivu makali au kukumbana na mabaa? Hakuna jambo linaloweza kuwa mbali sana na matamanio ya Mungu kwa ajili yetu sisi.

Kama tunaweza kutambua maana ya kiroho na upaji wa Mungu unaopatikana katika Mapigo Kumi yaliyotupwa juu ya Misri, tunaweza kufahamu kwamba pia yalikuwa mapenzi yake. Zaidi ya hayo, tunaweza kugundua njia za kujiepusha na mabaa. Lakini hata mbele ya mabaa tunaweza kupata na kuonyeshwa njia ya kujiepusha na kuendelea kwenda katika njia ya baraka.

Watu wengi wanapokabiliwa na mambo magumu, huwa hawamwamini, ila huendelea kulalamika dhidi ya Mungu. Hata kati ya waamini kuna wengine ambao hawauelewi moyo wa

Mungu wanapokabiliana na mambo magumu. Huvunjika moyo na kukata tamaa kabisa.

Ayubu alikuwa mtu tajiri zaidi katika nchi za Mashariki. Lakini mabaa yalipomjia, mara ya kwanza hakuelewa mapenzi ya Mungu. Alizungumza kama ambaye alitarajia kwamba yale yaliyofanyika kwake yangemjia. Jambo hili linasemwa katika Ayubu 2:10. Alisema kwamba kwa kuwa alipokea baraka kutoka kwa Mungu, kulikuwa na nafasi ya yeye kuweza pia kupokea mabaya pia. Hata hivyo, alikosa kuelewa kwamba Mungu hutoa baraka na mabaa bila sababu.

Mungu hatutakii majanga kamwe bali hututakia amani. Kabla hatujaingilia Mapigo Kumi Yaliyotupwa juu ya Misri, natufikirie juu ya hali na mambo yalivyokuwa wakati huo.

Uumbaji wa Waisraeli

Israeli ni wateule wa Mungu. Katika Historia yao, tunaweza kupata upaji na mapenzi ya Mungu vizuri sana Israeli ni jina alilopewa Yakobo, mjukuu wa Ibrahimu. Maana ya Israeli ni "umeshindana na Mungu, na watu, nawe umeshinda (Mwanzo 32:28).

Ibrahimu alimzaa Isaka, na Isaka akazaa pacha ya wana wawili.

Nao walikuwa Esau na Yakobo. Halikuwa jambo la kawaida kwamba mwana wa pili, Yakobo, alishika kisigino cha ndugu yake Esau wakati walipozaliwa. Yakobo alitaka kuchukua haki ya uzaliwa wa kwanza badala ya kakake mkubwa Esau.

Hiyo ndiyo sababu baadaye Yakobo alinunua haki ya uzaliwa wa kwanza kutoka kwa Esau kwa mkate na dengu. Pia alimdanganya babake Isaka, ili achukue baraka za mwana wa kwanza kutoka kwa Esau.

Leo, akili za watu zimebadilika sana, na watu huacha urithi si kwa wana tu lakini pia kwa mabinti zao. Lakini hapo zamani, mwana wa kwanza kawaida alipokea urithi wote kutoka kwa babake. Kule Israeli, pia, baraka hizi za mwana wa kwanza zilikuwa kubwa.

Biblia inatuambia kwamba Yakobo alichukua baraka za mwana wa kwanza katika njia ya udanganyifu, lakini kwa kweli alitamani sana kupokea baraka za Mungu. Mpaka akapokea baraka kweli, alilazimika kupitia mambo magumu ya aina nyingi. Alilazimika kumkimbia ndugu yake. Alimtumikia mjomba wake Labani kwa miaka ishirini na alipokuwa akimtumikia alivumilia kudanganywa na kulaghaiwa na yeye kila mara.

Yakobo aliporudi mjini kwao, alikuwa katika hali ya kuhatarisha maisha kwa sababu ndugu yake alikuwa bado anamchukia. Yakobo alilazimika kupitia mambo haya magumu kwa sababu alikuwa na asili ya ujanja wa kutafuta manufaa yake au faida yake.

Lakini kwa sababu alimcha Mungu kuliko wengine, aliangamiza ubinafsi wake na 'kujipendelea' kupitia nyakati hizi za majaribu. Kwa hivyo, hatimaye akapokea baraka za Mungu na taifa la Israeli likaundwa kupitia kwa wanawe kumi na wawili.

Usuli wa Kutoka na Kutokea kwa Musa

Kwa nini Waisraeli waliishi kama watumwa kule Misri?

Yakobo, babake Israeli, alionyesha upendeleo kwa Yusufu, mwanawe wa kumi na moja. Yusufu alizaliwa na Raheli, mke ambaye Yakobo alimpenda zaidi. Hili lilichochea husuda kwa ndugu zake Yusufu, na hatimaye, Yusufu aliuzwa na ndugu zake kule Misri kama mtumwa.

Yusufu alimcha Mungu na akafanya mambo na uaminifu. Alitembea na Mungu katika kila kitu na katika miaka kumi na mitatu tu kuanzia wakati alipouzwa Misri, alikuwa mtawala chini ya mfalme juu ya nchi zote za Misri.

Kulikuwa na ukame mkubwa sana kule Mashariki ya Karibu, na kwa kupendwa kwa Yusufu, Yakobo na jamaa yake walienda Misri. Kwa kuwa Misri iliokolewa kutoka kwa ukame mkali sana kupitia kwa hekima ya Yusufu, Farao na Wamisri walichukulia jamaa yake vizuri sana na wakawapa nchi ya Gosheni.

Baada ya vizazi vingi kupita, Waisraeli walikuwa wengi zaidi. Wamisri walitishiwa. Kwa sababu ilikuwa mamia ya miaka tangu Yusufu alipokufa, walikuwa wamesahau tayari neema ya Yusufu. Baada ya hayo yote, Wamisri walianza kuwatesa Waisraeli na wakawafanya watumwa. Waisraeli walilazimishwa kufanya kazi ngumu.

Licha ya hayo, ili wasitishe kuongezeka kwa idadi ya Waisraeli, Farao aliawaamuru wakunga wa Kiebrania wawaue watoto wote wachanga wa kiume.

Musa, kiongozi wa Kutoka, alizaliwa katika kipindi hiki kibaya.

Mamake aliona kwamba alikuwa mzuri na akamficha kwa miezi mitatu. Wakati alipokuwa hawezi kumficha tena ulipofika, alimtia katika kikapu cha fito na kuweka kikapu kile katikati ya nyasi kandokando ya mto Nili.

Wakati ule, binti mfalme wa Misri alikuja kuoga mtoni Nili. Alikiona kikapu na akataka kumchukua mtoto na amlee. Umbu la Musa alikuwa anatazama yaliyokuwa yakifanyika na kwa upesi akampendekeza Yokebedi, mama mzazi wa Musa, kama mlezi. Kwa njia hii Musa akalelewa na mamake mwenyewe.

Kiasilia, akajifunza juu ya Mungu wa Ibrahimu, Isaka, na Yakobo, na juu ya Waisraeli.

Musa alikua katika jumba la kifalme la Farao, akajifunza aina nyingi za ujuzi ambao ulimtayarisha na kumzatiti kama kiongozi. Wakati huo huo alijifunza waziwazi juu ya watu wake na Mungu. Upendo wake kwa Mungu na watu wake pia uliendelea kukua.

Mungu alimchagua Musa awe kiongozi wa Kutoka na tangu kuzaliwa kwake alijifunza na akajizoeza uongozi na utawala.

Musa na Farao

Siku moja, kulikuwa na kipindi kugeuka katika maisha ya Musa. Siku zote alikuwa amekuwa na hofu juu ya watu wake, Waebrani, na alikuwa na wasiwasi juu ya kazi zao ngumu na mateso ya utumwa. Siku moja, akamwona Mmisri akimpiga mwanamume Mwebrania. Hakuweza kuzuia hasira yake na akamwua yule Mmisri. Hatimaye Farao akasikia jambo hilo Musa akalazimika kumkimbia.

Musa alimaliza miaka arobaini iliyofuata kama mchungaji wa kondoo katika nyika ya Midiani. Haya yote yalikuwa katika upaji wa Mungu ili amtayarishe awe kiongozi wa Kutoka. Wakati wa miaka 40 ya kuchunga kondoo wa mkwe wake nyikani, aliacha kabisa heshima ya mwana wa mfalme wa Misri na akawa mtu mnyenyekevu sana.

Ni baada ya haya yote ndipo Mungu alimwita Musa awe kiongozi wa Kutoka.

Musa akamwambia Mungu, "Mimi ni nani, hata niende kwa Farao, nikawatoe wana wa Israeli watoke Misri?" (Kutoka 3:11)

Kwa kuwa Musa alikuwa akichunga kondoo tu kwa miaka arobaini, alikuwa hajiamini. Pia Mungu aliujua moyo wake, na yeye mwenyewe akamwonyesha ishara nyingi kama vile kugeuza fimbo iwe nyoka ili aende kwa Farao na kumpa amri ya Mungu.

Musa alijinyenyekeza kabisa na akaweza kutii amri ya Mungu. Lakini tofauti na Musa, Farao alikuwa mkaidi sana na mwenye moyo mgumu.

Mtu mwenye moyo mgumu habadiliki hata baada ya kuona kazi nyingi za Mungu. Katika mfano maarufu sana ambao Yesu alitoa katika Mathayo 13:18-23, kati ya aina nne za mchanga, moyo mgumu unaanguka katika aina ile ya mchanga wa 'njiani.' Njia huwa ni ngumu sana kwa sababu watu hutembea juu yake. Wale wenye moyo wa aina hii hawabadiliki kamwe hata baada ya kuona kazi za Mungu.

Wakati ule Wamisri walikuwa na hulka ya nguvu na ujasiri kama simba. Mfalme wao, Farao, alikuwa na uwezo kamili na alijichukulia kuwa mungu. Watu pia walimtumikia kana kwamba alikuwa mungu.

Musa alizungumza juu ya Mungu kwa watu waliokuwa na ufahamu wa kitamaduni wa aina hii. Hawakujua lolote kuhusu

Mungu aliyezungumziwa na Musa, na aliyekuwa anamwamuru Farao awaachilie Waisraeli waende. Ni wazi kwamba ilikuwa vigumu kwao kumsikia Musa.

Walikuwa wanafurahia faida kubwa kupitia kwa kazi za Waisraeli, kwa hivyo ilikuwa vigumu zaidi kukubali amri hiyo.

Leo pia, kuna watu wanaoangalia tu ujuzi, umaarufu, mamlaka, na mali yao pekee kuwa bora zaidi. Wanatafuta manufaa yao wenyewe na kuamini uwezo wao pekee. Wana kiburi na mioyo yao ni migumu.

Mioyo ya Farao na Wamisri ilikuwa imekuwa migumu. Kwa hivyo hawakutii mapenzi ya Mungu yaliyotolewa kwao na Musa. Walikataa kutii hadi mwisho, na hatimaye, wakauawa.

Kwa kweli, hata moyo wa Farao ulifanywa kuwa mgumu, Mungu hakuleta mapigo makubwa kuanzia mwanzo.

Kama isemwavyo, "BWANA ana fadhili, ni mwingi wa huruma, si mwepesi wa hasira, ni mwingi wa rehema" (Zaburi 145), Mungu akawaonyesha uwezo wake mara nyingi kupitia kwa Musa. Mungu aliwataka wamkiri na kumtii yeye. Lakini Farao akazidi kuufanya moyo wake uwe mgumu.

Mungu anayeona moyo na akili ya kila mtu, alimwambia Musa na akamjulisha kila kitu atakachofanya.

Nami nitaufanya mgumu moyo wa Farao, nami nitazifanya kuwa nyingi ishara zangu na ajabu zangu katika nchi ya Misri. Lakini Farao hatawasikiza ninyi, nami nitaweka mkono wangu juu ya Misri, na kuyatoa majeshi yangu, watu wangu, hao wana wa Israeli, watoke nchi ya Misri kwa hukumu zilizo kuu. Na Wamisri watajua ya kuwa mimi ndimi BWANA, hapo nitakapounyosha mkono wangu juu ya Misri na kuwatoa wana wa Israeli watoke kati yao (Kutoka 7:3-5).

Moyo Mgumu wa Farao na Mapigo Kumi

Katika utaratibu wote wa Kutoka, tunaweza kupata nyakati nyingi maneno haya yanatamkwa, "BWANA akaufanya moyo wa Farao kuwa mgumu" (Kutoka 7:3P).

Kwa kweli, inaonekana kwamba Mungu aliufanya moyo wa Farao uwe mgumu makusudi, na mtu anaweza kuelewa vibaya kwamba Mungu ni kama mfalme wa kiimla. Lakini si kweli.

Mungu anataka kila mtu aufikie wokovu (1 Timotheo 2:4). Anataka hata yule mwanamume mwenye moyo mgumu zaidi atambue ukweli na aufikie wokovu.

Mungu ni Mungu wa upendo; hangeweza kuufanya moyo wa Farao uwe mgumu makusudi ili apate kuonyesha utukufu wake. Pia, kupitia kwa ukweli kwamba kila mara Mungu alimtuma Musa kwa Farao, tunaweza kuelewa kwamba Mungu anamtaka Farao na watu wengine wote waigeuze mioyo yao na wamtii yeye.

Mungu hufanya kila kitu kwa mpango, upendo, na katika haki, akifuata neno katika Biblia.

Tukifanya uovu na tusilisikie neno la Mungu, adui shetani atatushitaki. Hiyo ndiyo sababu tunakabiliana na mitihani na majaribu. Wale wanaotii neno la Mungu na kuishi katika haki watapokea baraka.

Wanadamu huchagua matendo yao kwa hiari yao wenyewe. Mungu hapangi ni nani atakayepokea baraka na ni nani ambaye hatapokea. Kama Mungu hangekuwa Mungu wa upendo na haki, hangekuwa ameleta pigo kubwa juu ya Misri kuanzia mwanzo ili amfanye Farao atii.

Mungu hataki 'utiifu wa lazima' uletwao na hofu. Anataka watu wafungue mioyo yao na wamtii kwa hiari yao wenyewe.

Kwanza, hutujuza mapenzi yake na kutuonyesha uwezo wake ili tuweze kutii. Lakini tunapokosa kutii, huanza na majanga madogo ili atupatie utambuzi na kutufanya tujitambue

Mwenyezi Mungu anajua mioyo ya wanadamu; anajua maovu yanapofunuliwa na jinsi tunavyoweza kuyaacha na jinsi ya kupokea suluhisho la matatizo yetu.

Hata leo, anatuelekeza katika njia bora zaidi na hutumia njia bora zaidi kutufanya tujitokeze kama watoto watakatifu wa Mungu.

Mara kwa mara, huruhusu mitihani na majaribu tunayoweza kushinda yaje kwetu. Hiyo ndiyo njia ya kupata uovu ndani yetu na kuuacha. Kama roho yetu inavyofanikiwa, huachilia kila kitu kituendee vizuri na hutupatia afya njema.

Hata hivyo, Farao hakuuacha uovu wake, wakati ulipofunuliwa. Aliufanya moyo wake ukawa mgumu na akaendelea kutotii neno la Mungu. Kwa kuwa Mungu aliujua huo moyo wa Farao, aliuacha huo moyo mgumu wa Farao ufunuliwe kupitia kwa hayo mapigo. Hii ndiyo sababu Biblia inasema, "BWANA akaufanya moyo wa Farao uwe mgumu."

'Kuwa na moyo mgumu' kwa jumla maanake ni kwamba hulka ya mtu ni shindani na kaidi. Lakini moyo mgumu ulionakiliwa katika Biblia kuhusiana na Farao sio tu wa kutotii neno la Mungu na uovu, bali pia kumpinga Mungu.

Kama ilivyotajwa awali, Farao aliishi maisha yenye mwelekeo wa ubinafsi, hata kufikia kiasi cha kujiona kwamba yeye ni Mungu. Watu wote walimtii, na hakuwa na jambo lolote la kumwogofya. Kama angekuwa na moyo mzuri, angekuwa amemwamini Mungu alipoona kazi za mamlaka zilizodhihirishwa kupitia kwa Musa, hata ingawa alikuwa hajajua kuhusu Mungu awali.

Kwa mfano Nebukadneza wa Babeli aliyeishi kuanzia 605 hadi 562 KK, alikuwa hajajua kuhusu Mungu, lakini aliposhuhudia uwezo wa Mungu uliodhihirishwa kupitia kwa marafiki watatu wa Danieli, Shadraka, Meshaki na Abednego, alimkiri Mungu.

"Nebukadreza akanena, akasema, 'Na ahimidiwe Mungu wa Shadraka, na Meshaki, na Abednego; aliyemtuma malaika wake, akawaokoa watumishi wake waliomtumaini, wakaligeuza neno la mfalme, na kujitoa miili yao ili wasimtumikie mungu mwingine, wala kumwabudu, ila Mungu wao wenyewe. Basi mimi naweka amri ya kuwa kila kabila ya watu, na kila taifa, na kila lugha, watakaonena neno lo lote lisilopasa juu ya huyo Mungu wa Shadraka, na Meshaki, na Abednego, watakatwa vipande vipande, na nyumba zao zitafanywa jaa; kwa kuwa hakuna Mungu mwingine awezaye kuokoa namna hii'" (Danieli 3:28-29).

Shadraka, Meshaki, na Abednego walienda nchi ya Mataifa kama mateka wakiwa na umri mdogo. Lakini ili waweze kutii amri za Mungu hawakuisujudia sanamu. Wakatupwa katika tanuru ya moto inayowaka. Lakini hawakudhurika, na hata unywele wao mmoja haukuungua. Nebukadneza aliposhuhudia haya, alimkiri Mungu aishiye mara moja.

Hakumkiri tu mwenyezi Mungu aliposhuhudia kazi ya Mungu iliyovuka mipaka ya uwezo wowote wa wanadamu; bali pia alimtukuza Mungu mbele ya watu wake wote.

Lakini Farao, hakumkiri Mungu hata baada ya kuona kazi

zake za uwezo. Farao akazidi kuufanya moyo wake uwe mgumu. Hakuwaachilia Waisraeli waende zao mpaka alipopatwa na mapigo yote kumi, si baada ya pigo moja au mawili.

Lakini kwa kuwa moyo wake mgumu kimsingi ulikuwa bado haujabadilika, alijuta kuwaachilia Waisraeli waende. Akawafukuza na jeshi lake, na hatimaye yeye na jeshi lake wakafa katika Bahari ya Shamu.

Waisraeli Walikuwa Chini ya Ulinzi wa Mungu

Huku nchi yote ya Misri ikiletewa mapigo na hata ingawa Waisraeli walikuwa katika nchi hiyo hiyo ya Misri, hawakupatwa na pigo hata moja. Ilikuwa hivyo kwa sababu Mungu alitoa ulinzi wake maalum juu ya nchi ya Gosheni mahali walipoishi Waisraeli.

Mungu akitulinda, tunaweza pia tukawa salama hata katika mabaa makubwa na mateso. Hata tukishikwa na magonjwa au tukikabiliwa na mambo magumu, tunaweza kuponywa na kuyashinda kwa uwezo wa Mungu.

Si kwa sababu walikuwa na imani na walifanywa kuwa wenye haki ndipo waisraeli wakalindwa. Walilindwa na ukweli kwamba walikuwa wateule wa Mungu. Tofauti na Wamisri, walimtafuta Mungu katika mateso yao, na kwa sababu walimkiri, waliweza kuwa chini ya ulinzi wake.

Vivyo hivyo, hata kama tuna aina fulani za uovu bado, kwa

ukweli tu kwamba tumekuwa watoto wa Mungu, tunaweza kulindwa na mabaa yanayowajia wasioamini.

Ni kwa sababu tulisamehewa dhambi zetu kwa damu ya Yesu Kristo, na tumekuwa watoto wa Mungu; kwa hivyo, sisi si watoto wa ibilisi tena anayeleta majaribu na mabaa juu yetu.

Zaidi ya hayo, imani yetu inapokuwa, tunafikia kuiweka Siku ya Bwana kuwa takatifu, waache uovu, na kutii neno la Mungu, na kwa hivyo, tunaweza kupokea upendo na baraka za Mungu.

Na sasa, Israeli, BWANA, Mungu wako, anataka nini kwako, ila umche BWANA, Mungu wako, na kwenda katika njia zake zote, na kumpenda, na kumtumikia BWANA, Mungu wako, kwa moyo wako wote, na kwa roho yako yote; kuzishika amri za BWANA na sheria zake, ninazokuamuru leo, upate uheri? (Kumbukumbu la Torati 10:13)

Sura ya 2

Maisha ya Kutotii na Mapigo

Kutoka 7:8-13

BWANA akanena na Musa na Haruni, akawaambia, "Farao atakaponena nanyi, na kuwaambia, 'Jifanyieni miujiza;' ndipo utakapomwambia Haruni, 'Shika fimbo yako, uibwage chini mbele ya Farao, ili iwe nyoka.'" Basi Musa na Haruni wakaingia kwa Farao, wakafanya vivyo kama BWANA alivyowaambia; Haruni akaibwaga fimbo yake chini mbele ya Farao, mbele ya watumishi wake, ikawa nyoka. Ndipo Farao naye akawaita wenye akili na wachawi; na hao waganga wa Misri wakafanya vivyo kwa uganga wao. Wakabwaga chini kila mtu fimbo yake, nazo zikawa nyoka. Lakini fimbo ya Haruni ikazimeza fimbo zao. Moyo wa Farao ukawa ni mgumu asiwasikize; kama BWANA alivyonena

Karl Marx alimkataa Mungu. Alianzisha ukomunisti kwa misingi ya uyakinifu. Nadharia yake iliwafanya watu wengi wamwache Mungu. Ilionekana kwamba ulimwengu mzima ungeukubali ukomunisti. Lakini Ukomunisti ulianguka katika miaka mia moja.

Kama tu kuanguka kwa Ukomunisti, Marx katika maisha yake ya kibinafsi alikumbana na mambo kama hali ya kutokuwa na usalama kiakili kufa mapema kwa watoto wake.

Friedrich W. Nietzsche, aliyesema Mungu amekufa, aliwashawishi watu wengi wampinge Mungu. Lakini punde tu, akawa mwenda wazimu kwa sababu ya hofu na hatimaye akakabiliwa na mwisho mbaya.

Tunaweza kuona kwamba wale wanaompinga Mungu na kukosa kulitii neno lake hukumbwa na mambo magumu ambayo ni kama mapigo na huishi maisha ya taabu sana.

Tofauti kati ya Mapigo, Majaribu, Mitihani, na Dhiki

Watu wote, wawe waamini au la, wanaweza kukabiliwa na aina fulani ya matatizo katika maisha yao. Ni kwa sababu maisha yetu yako katika upaji wa Mungu kwa ukuzaji wa wanadamu ulioundwa na Mungu ili apate watoto wa kweli.

Mungu alitupatia vitu vizuri tu peke yake. Lakini kwa sababu dhambi iliwaingia wanadamu kwa sababu ya dhambi ya

Adamu, ulimwengu huu uliingia katika utawala wa adui ibilisi na Shetani. Kuanzia wakati huo na kwendelea, watu walianza kupata mambo magumu na huzuni mbalimbali.

Kwa sababu ya chuki, hasira, kutamani, kiburi, na akili za zinaa watu walianza kufanya dhambi. Kulingana na uzito wa dhambi, walianza kupata aina zote za mitihani na majaribu yanayoletwa na adui ibilisi na Shetani.

Wanapokabiliana na hali ngumu sana, watu husema ni baa. Pia, waamini wanapokabiliwa na mambo magumu, mara nyingi hutumia istilahi 'mtihani,' 'dhiki,' au 'majaribu.'

Biblia pia inasema, "Wala si hivyo tu, ila na mfurahi katika dhiki pia; mkijua ya kuwa dhiki, kazi yake ni kuleta saburi; na kazi ya saburi ni uthabiti wa moyo; na kazi ya uthabiti wa moyo ni tumaini" (Warumi 5:3-4).

Kulingana na kama kila mmoja anaishi kwa ukweli au la, na kulingana na kiasi cha kipimo cha imani alicho nacho kila mmoja, yanaweza kuitwa mabaa au mapigo, mitihani au dhiki.

Kwa mfano, mwanamume anapokuwa na imani lakini awe hafanye kulingana na neno ambalo amelisikiliza wakati wote, Mungu hawezi kumlinda na aina nyingi ya mambo magumu. Haya yanaweza kuitwa 'dhiki.' Zaidi ya hayo, anapoacha imani yake na kufanya mambo nje ya ukweli, atapata mapigo au mabaa.

Pia, tuseme mtu anasikiliza neno na kujaribu kulitekeleza, lakini haishi kwa neno kabisa wakati huu. Basi, ni lazima awe na utaratibu wa kung'ang'ana dhidi ya asilia zake za dhambi. Mtu anapokutana na aina nyingi za mambo magumu ili aweze kung'ang'ana na dhambi zake kufikia kiasi cha kumwaga damu, Biblia inasema kwamba anapata majaribu au anatiwa nidhamu. Aina nyingi ya mambo magumu anayokutana nayo yanaitwa 'majaribu.'

Pia, 'mtihani' ni tukio la kupima imani ya mtu imekua kwa kiasi gani. Kwa hivyo, kwa wale wanaojaribu kuishi kwa neno, kuna majaribu na mitihani inayofuata. Mtu akiondokea ukweli na kumkasirisha Mungu, atapata 'dhiki' au 'pigo.'

Sababu za Mapigo

Wakati mtu anapotenda dhambi makusudi, Mungu analazimika kugeuza uso wake kutoka kwake. Kisha, adui ibilisi na Shetani anaweza kumletea mapigo. Mapigo huja kufikia kiwango ambacho mtu amekosa kutii neno la Mungu.

Akiwa hatageuka ila aendelee kutenda dhambi hata baada ya kupata mapigo, atapata mapigo makubwa zaidi kama kisa cha Mapigo Kumi kule Misri. Lakini akitubu na kurudi, mapigo yataondoka punde kwa rehema za Mungu.

Watu hupata mapigo kwa sababu ya uovu wao, lakini tunaweza kupata makundi mawili ya watu kati ya wale wanaopata mapigo.

Kundi moja humrudia Mungu na kujaribu kutubu na kurudi kupitia kwa hayo mapigo. Kwa upande mwingine, hilo kundi lingine bado hulalamika mbele za Mungu likisema, "Ninaenda kanisani kwa bidii, ninaomba na kutoa sadaka, kwa nini nipate pigo kama hili?"

Matokeo ya kila kundi yatakuwa tofauti kabisa. Kundi la kwanza, pigo litaondolewa na rehema za Mungu zitawaangukia. Lakini kundi la pili, hawatambui tatizo liko wapi, kwa hivyo mapigo makubwa zaidi yatawajia.

Kufikia kiasi cha kwamba mtu anakuwa na uovu moyoni mwake, ni vigumu kwake kutambua makosa yake na kugeuka. Mtu kama huyo ana moyo mgumu sana hivi kwamba hafungui mlango wa moyo wake hata baada ya kusikia injili. Hata kama ameingia katika imani, anashindwa kuelewa neno la Mungu; anaenda kanisani tu lakini hajibadilishi.

Kwa hivyo, ukiwa umepata pigo, unapaswa utambue kwamba kulikuwa na jambo lililokoseka machoni pa Mungu, na ugeuke upesi na utoke kwenye pigo.

Nafasi Zinazotolewa na Mungu

Farao alikataa neno la Mungu alilopewa kupitia kwa Musa. Hakugeuka wakati alipoletewa mapigo madogo, kwa hivyo alilazimika kupata mapigo makubwa. Alipoendelea kufanya maovu, kutomtii Mungu, nchi yake yote ilidhoofika sana kiasi cha kutoweza kurudisha uwezo wake. Hatimaye alikufa kifo kibaya. Alikuwa mjinga sana!

Hata baadaye, Musa na Haruni wakaenda wakamwambia Farao, wakasema, BWANA, Mungu wa Israeli, asema hivi, Wape watu wangu ruhusa waende, ili kunifanyia sikukuu jangwani" (Kutoka 5:1).

Musa alipomwomba Farao awaachilie Waisraeli kulingana na neno la Mungu, Farao alikataa mara moja.

Farao akasema, BWANA ni nani, hata niisikilize sauti yake, na kuwapa Israeli ruhusa waende zao? Mimi simjui BWANA, wala sitawapa Israeli ruhusa waende zao" (Kutoka 5:2).

Mungu wa Waebrania amekutana nasi. Twakuomba, tupe ruhusa twende safari ya siku tatu jangwani, tumtolee dhabihu BWANA, Mungu wetu; asije akatupiga kwa tauni, au kwa upanga (Kutoka 5:3).

Farao aliposikia neno kutoka kwa Musa na Haruni, aliwashutumu watu wa Israeli bila urazini wowote kwamba wao walikuwa wavivu na kwamba wanawaza juu ya mambo mengine badala ya kazi yao. Aliwatesa kwa kazi ya ukatili wa kiwango cha juu zaidi. Waisraeli hapo awali walikuwa wakipewa nyasi za kutengenezea matofali, lakini sasa walitakiwa kutengeneza idadi ileile ya matofali bila kupewa nyasi. Halikuwa jambo rahisi kwa Waisraeli kutengeneza idadi ile ya matofali waliyolazimika kutengeneza hata walipopewa nyasi, lakini sasa Farao aliacha kuwapa nyasi. Tunaweza kuona jinsi Farao alivyokuwa na moyo mgumu mno.

Kazi yao ngumu ilipozidi kuwa nzito, Waisraeli walianza kulalamika dhidi ya Musa. Lakini Mungu akamtuma Musa kwa Farao tena kuonyesha zile ishara. Mungu alikuwa anampa Farao, aliyekuwa anakosa kutii neno la Mungu, nafasi ya kutubu kwa kumwonyesha uwezo wa Mungu.

Basi Musa na Haruni wakaingia kwa Farao, wakafanya vivyo kama BWANA alivyowaambia; Haruni akaibwaga fimbo yake chini mbele ya Farao, mbele ya watumishi wake, ikawa nyoka (Kutoka 7:10).

Kupitia kwa Musa, Mungu akatengeneza nyoka kutoka kwa fimbo, ili iwe ushuhuda Mungu aliye hai kwa Farao aliyekuwa bado hajamjua Mungu.

Kiroho, 'nyoka' ni Shetani, na ni kwa nini Mungu alitengeneza nyoka na ile fimbo?

Nchi ambayo Musa alikuwa amesimama na fimbo pia vilikuwa vya ulimwengu huu. Ulimwengu huu ni wa adui ibilisi na Shetani. Ili kuashiria ukweli huu, Mungu alitengeneza nyoka. Ni ya kutwambia kwamba wale ambao hawana haki machoni pa Mungu siku zote hupokea kazi za Shetani.

Farao alimpinga Mungu, na kwa hivyo, Mungu hangeweza kumbariki. Hiyo ndiyo sababu Mungu alifanya nyoka atokee, alimwakilisha Shetani. Alikuwa kivuli kuonyesha kwamba kungekuwa na kazi za Shetani. Mapigo yafuatayo kama vile mapigo ya damu, vyura, na chawa yote yalifanywa na kazi za Shetani.

Kwa hivyo, fimbo ya kugeuka nyoka ni kiwango ambacho vitu vidogo vinafanyika ili mtu mwenye akili aweze kuvihisi. Vinaweza hata kuchukuliwa kama sadifa. Ni daraja ambalo halina uharibifu halisi. Ni nafasi inayotolewa na Mungu ili mtu apate kutubu.

Farao Anawaleta Waganga wa Misri

Farao alipoona fimbo ya Haruni ikigeuka nyoka, Farao aliwaita wenye hekima na wachawi wa Misri.

Walikuwa waganga katika nyumba ya mfalme na walifanya ujanja mwingi wa kichawi mbele ya mfalme kwa ajili ya matumbuizo. Walipanda vyeo vya uongozi kupitia kwa uganga. Pia, kwa sababu walikuwa wamerithi kutoka kwa mababu zao, kwa kweli walikuwa wamezaliwa na aina ile ya mwenendo.

Hata leo, waganga wengine hupitia Ukuta Mkubwa wa Uchina mbele ya watu wengi sana, kufanya Sanamu ya Uhuru kutoweka. Pia, watu wengine wamejifunza wenyewe na Yoga kwa muda mrefu na kwa hivyo wanaweza kulala juu ya tawi jembamba, au kukala kwenye ndoo kwa siku nyingi.

Baadhi ya hizi kazi za uganga ni kiini macho tu. Hata hivyo, hujifunza wenyewe kufanya mambo ya kustaajabisha. Kisha, ni kwa kiasi gani wale wachawi walikuwa na uwezo zaidi kwani walikuwa wakifanya uchawi wao mbele ya mfalme kwa vizazi vingi. Hasa, kwa upande wao, wangeweza kujiendeleza kuwa na mawasiliano na pepo wachafu.

Wachawi wanawake kule Korea wana mawasiliano na pepo, na hucheza juu ya nyembe kali sana za vifaa vya kukatia nyasi bila kukatwa kabisa. Wachawi wa Farao pia walikuwa na mawasiliano na pepo wachafu na wakaonyesha aina nyingi za mambo ya kustaajabisha.

Wachawi wa Misri walikuwa wakijifunza kwa muda mrefu, na kupitia udanganyifu na ujanja, walitupa fimbo na wakaifanya ionekana kama nyoka.

Wale Ambao Hawamkiri Mungu Aliye Hai

Musa alipotupa fimbo yake na kutengeneza nyoka, Farao kwa muda huo alifikiri kwamba kuna Mungu na Mungu wa Israeli ndiye Mungu wa kweli. Lakini alipowaona wale wachawi wakitengeneza nyoka, hakumwamini Mungu

Nyoka waliotengenezwa na wachawi walimezwa na nyoka aliyetengenezwa kwa fimbo ya Haruni, lakini akafikiri kwamba ni sadifa tu.

Katika imani, hakuna sadifa. Lakini kwa mwamini mpya aliyemkubali Bwana tu hivi karibuni, kunaweza kuwa na kazi nyingi za Shetani za kumsumbua ili asimwamini Mungu. Kisha, watu wengi huoziona kama aina fulani za sadifa.

Pia, waamini wengine ambao wamemkubali Bwana hivi karibuni hupokea suluhisho za matatizo yao kwa msaada wa Mungu. Mara ya kwanza, wanatambua uwezo wa Mungu, lakini muda unapoenda, wanafikiri tu ilikuwa sadifa.

Kama tu Farao alivyoshuhudia kazi ya Mungu ya kugeuza fimbo iwe nyoka, lakini hakumtambua Mungu, kuna watu ambao hawamkiri Mungu aliye hai bali huona kila kitu kuwa sadifa hata baada ya kuona kazi za Mungu.

Watu wengine humwamini Mungu kabisa kwa kuona kazi za Mungu tu mara moja. Wengine humkiri Mungu mara ya kwanza lakini baadaye huona kwamba yale matatizo yalitatuliwa na uwezo wao wenyewe, ujuzi wao, uzoefu wao, au kupitia kwa msaada wa majirani, na kuichukulia kazi ya Mungu kama sadifa.

Kwa hivyo, Mungu hana lingine ila kugeuza uso wake kutoka kwao. Kwa sababu hiyo, tatizo lililokuwa limetatuliwa wakati fulani linaweza kurudi.

Kama ni ugonjwa ulioponywa, unaweza kurudi, au unaweza kuwa mbaya zaidi. Kama ni tatizo katika biashara, matatizo makubwa zaidi ya yale ya awali yanaweza kutokea.

Tunapolichukulia jibu la Mungu kama sadifa tu, hivyo vitatufanya tuwe mbali na Mungu. Kisha, tatizo lilo hilo linaweza kurudi au tunaweza kuingia katika hali ngumu zaidi.

Vivyo hivyo, kwa sababu Farao aliichukulia kazi ya Mungu kama sadifa tu, alianza kupata mapigo halisi.

Moyo wa Farao ukawa ni mgumu asiwasikize; kama BWANA alivyonena (Kutoka 7:8-13).

Sura ya 3

Mapigo ya Damu, Vyura, na Chawa

Kutoka 7:20-8:19

Musa na Haruni wakafanya vivyo; kama BWANA alivyowaambia, ndivyo walivyofanya. Naye akaiinua ile fimbo, na kuyapiga maji yaliyokuwa mtoni, mbele ya Farao, mbele ya watumishi wake; na hayo maji yote yaliyokuwa katika mto yakageuzwa kuwa damu (7:20).

BWANA akamwambia Musa, "Mwambie Haruni, 'Nyosha mkono wako na fimbo yako juu ya mito, juu ya vijito, na juu ya maziwa ya maji, ukawalete vyura waje juu ya nchi yote ya Misri.'" Basi Haruni akaunyosha mkono wake juu ya maji yote ya Misri; na hao vyura wakakwea juu, wakaifunika nchi ya Misri (8:5-6).

BWANA akamwambia Musa, "Mwambie Haruni, Nyosha fimbo yako, ukayapige mavumbi ya nchi, ili kwamba yawe chawa katika nchi yote ya Misri.'" Nao wakafanya; Haruni akaunyosha mkono wake na fimbo yake, na kuyapiga mavumbi ya nchi, nayo yakawa chawa juu ya wanadamu na juu ya wanyama. Mavumbi yote ya nchi yakawa ni chawa katika nchi yote ya Misri (8:16-17).

Ndipo wale waganga wakamwambia Farao, "Jambo hili ni chanda cha Mungu." Na moyo wake Farao ukawa mgumu asiwasikize; vile vile kama BWANA alivyonena (8:19).

Mungu akamwambia Musa kwamba moyo wa Farao utakuwa mgumu, na angekataa kuwaacha Waisraeli waende hata baada ya kuona fimbo ikigeuka nyoka. Kisha, Mungu akamwambia Musa yale ya kufanya kwa utondoti.

Mwendee Farao asubuhi; tazama, atoka kwenda majini; nawe simama karibu na ufuo wa mto ili upate kuonana naye; na ile fimbo iliyogeuzwa kuwa nyoka utaichukua mkononi mwako (Kutoka 7:15).

Musa akakutana na Farao aliyekuwa akitembea kando kando ya Nili. Musa alipeleka neno la Mungu akiwa ameshika fimbo ile iliyokuwa imegeuka nyoka mkononi mwake.

Nawe umwambie, [Farao] BWANA, Mungu wa Waebrania, amenituma nije kwako, kusema, 'Wape watu wangu ruhusa, ili wapate kunitumikia jangwani. Nawe, tazama! Hujasikia hata sasa.' BWANA asema, 'Katika jambo hili utanijua ya kuwa mimi ndimi BWANA; tazama, nitayapiga haya maji yaliyo mtoni kwa fimbo hii niliyo nayo mkononi mwangu, nayo yatageuzwa kuwa damu. Na hao samaki walio mtoni watakufa, na huo mto utatoa uvundo; nao Wamisri watachukizwa kuyanywa maji ya mtoni.'" (Kutoka 7:16-18).

Pigo la Damu

Maji ni kitu kilicho karibu nasi zaidi na kina uhusiano wa moja kwa moja na maisha yetu. Asilimia sabini ya mwili wa mwanadamu ni maji; ni kitu cha muhimu kabisa kwa vitu vyote vyenye uhai.

Leo, kwa sababu ya kuongezeka kwa idadi ya watu ulimwenguni na maendeleo ya kiuchumi, nchi nyingi zinakumbwa na uhaba wa maji. Umoja wa mataifa umeweka 'Siku ya Maji Ulimwenguni' kukumbusha nchi za ulimwengu juu ya umuhimu wa maji. Ni kwa ajili ya kuwahimiza watu watumie vizuri sana rasilimali adimu ya maji.

Kule Uchina wa kale, walikuwa na waziri wa kudhibiti maji. Tunaweza kuona maji kirahisi karibu nasi kila mahali, lakini wakati mwingine tunakosa kuona jinsi yalivyo muhimu maishani mwetu yakilinganishwa na vitu vingine.

Ingekuwa shida kubwa sana kama maji yote nchini yangegeuka damu. Farao na Wamisri walikutana na jambo la kushangaza kama hilo. Mto Nili uligeuka damu.

Lakini Farao akaufanya moyo wake kuwa mgumu na hakusikiza neno la Mungu, kwa kuwa alikuwa amewaona wachawi wake nao wakigeuza maji kuwa damu.

Musa alimwonyesha Mungu aishiye, bali Farao aliichukulia kuwa sadifa tu na akakataa. Kwa hivyo, kiasi cha kwamba alikuwa na uovu, pigo lilikuja juu yake.

Musa na Haruni wakafanya vivyo; kama BWANA alivyowaambia, ndivyo walivyofanya. Naye akaiinua ile fimbo, na kuyapiga maji yaliyokuwa mtoni, mbele ya Farao, mbele ya watumishi wake; na hayo maji yote yaliyokuwa katika mto yakageuzwa kuwa damu.

Basi Wamisri wakalazimika kuchimba karibu na mto Nili ili wapate maji ya kunywa. Hili lilikuwa pigo la kwanza.

Maana ya Kiroho ya Pigo la Damu

Sasa, maana ya Kiroho iliyo katika Pigo la Damu ni nini?

Sehemu kubwa ya Misri ni jangwa na nyika. Kwa hivyo, Farao na watu wake walilazimika kuteseka sana kwa kuwa maji yao yaligeuka damu.

Si maji ya kunywa na ya matumizi ya kila siku tu peke yake yaliyokuwa yameharibika, lakini pia samaki waliokuwa majini walikufa, na kulikuwa na harufu mbaya. Hawakuwa na raha kabisa.

Katika maana hii, pigo la damu kiroho linaashiria mateso yanayosababishwa na mambo yenye uhusiano wa moja kwa moja na maisha yetu ya kila siku. Hayo ndiyo mambo yanayoudhi na yanayoumiza, yatokayo kwa watu walio karibu nasi zaidi kama jamaa zetu, rafiki zetu, na wenzetu.

Kuhusiana na maisha yetu ya Kikristo, pigo hili linaweza

kuwa kama mateso au mitihani itokayo kwa rafiki zetu wa karibu, wazazi, jamaa, au majirani. Kwa kweli, wale wenye vipimo vikubwa vya imani watayashinda kirahisi zaidi, lakini wale wenye imani haba wataumia sana kwa sababu ya mateso na mitihani.

Majaribu Yanayokuja juu ya Wale Wenye Uovu

Kuna majaribu aina mbili tunayoweza kukabiliana nayo.

Aina ya kwanza ni yale majaribu yajayo tunapokuwa hatuishi kwa neno la Mungu. Wakati huu, tukitubu upesi na tugeuke, Mungu ataliondoa hilo jaribu.

Yakobo 1:13-14 inasema, "Mtu ajaribiwapo, asiseme, 'Ninajaribiwa na Mungu'; maana Mungu hawezi kujaribiwa na maovu, wala yeye mwenyewe hamjaribu mtu. Lakini kila mmoja hujaribiwa na tamaa yake mwenyewe huku akivutwa na kudanganywa."

Sababu ya kukabiliwa na mambo magumu ni kwamba huwa tunavutwa na tamaa zetu wenyewe na hatuishi kwa kufuata neno la Mungu, na kuanzia hapo adui ibilisi hutuletea majaribu.

Pili, wakati mwingine tunajaribu kuwa waaminifu katika maisha yetu ya Kikristo, lakini bado hukabiliana na majaribu. Ni kazi sumbufu za Shetani zinazojaribu kutufanya tuache imani yetu.

Tukiridhia katika aina hii, mambo magumu yatazidi kuwa makubwa, na hatutaweza kupokea baraka. Watu wengine hupoteza ile imani chache waliyokuwa nayo na kurudi ulimwenguni.

Vyovyote vile, aina zote mbili husababishwa na uovu ulio ndani yetu. Kwa hivyo, ni lazima tutambue aina za uovu ulio ndani yetu kwa bidii na tuuache. Ni lazima tuombe na imani na kushukuru. Kisha, tunaweza kuyashinda hayo majaribu.

Kama tu nyoka wa Musa alivyowameza nyoka wa wachawi, ulimwengu wa Shetani pia uko katika udhibiti wa Mungu. Mungu alipomwita Musa mara ya kwanza, alimwonyesha ishara ya kugeuza fimbo iwe nyoka na kuigeuza iwe fimbo tena (Kutoka 4:4). Hili linaashiria ukweli kwamba hata mtihani unapotujia kupitia kwa kazi za Shetani, tukionyesha imani yetu kwa kumtegemea Mungu kabisa, Mungu atarudisha kila kitu kiwe cha kawaida.

Kinyume na hilo, tunaporidhia, hiyo si imani, na hatuwezi kuona kazi za Mungu. Tunapokabiliwa na jaribu, tunapaswa kumtegemea Mungu kabisa na tuone kazi ya Mungu akiliondoa jaribu kwa nguvu zake.

Kila kitu kiko katika udhibiti wa Mungu. Kwa hivyo, kama ni dogo au kubwa, katika kila aina ya mtihani, tunapomtegemea Mungu kabisa na kulitii neno la Mungu, jaribu halitatutisha.

Mungu mwenyewe atatatua tatizo hilo na atuelekeze katika ufanisi katika kila kitu.

Lakini jambo muhimu ni kwamba, kama ni pigo dogo, tunaweza kurudi kirahisi, lakini likiwa pigo kubwa, si rahisi kurudi kikamilifu. Kwa hivyo, ni lazima tujiangalie na neno la ukweli siku zote, tuache aina za uovu, na tuishi kwa kufuata neno la Mungu, ili tusikabiliwe na mapigo yoyote.

Mitihani ya Watu wa Imani Lengo Lao ni Baraka

Wakati mwingine, kuna visa vya kipekee. Hata wale wenye imani kubwa wanaweza kukutana na mitihani. Mtume Paulo, Ibrahimu, Danieli na rafiki zake watatu, na Yeremia wote walipata mitihani. Hata Yesu alijaribiwa na ibilisi mara tatu.

Vivyo hivyo, mitihani inayokuja juu ya wale wenye imani ni ya baraka. Wanapofurahi, na kushukuru na kumtegemea Mungu kabisa, mitihani itageuka na kuwa baraka na wanaweza kumtukuza Mungu.

Kwa hivyo, inawezekana kwa wale wenye imani kukutana na mitihani kwa sababu wanaweza kupokea baraka kupitia kwa kuishinda. Hata hivyo, hawatakabiliwa na pigo. Mapigo humjia mtu anayefanya makosa na dhambi machoni pa Mungu.

Kwa mfano, mtume Paulo aliteswa sana kwa ajili ya Bwana,

lakini kupitia mateso alipokea uwezo mkubwa na akafanya kazi muhimu sana katika kuhubiri injili kwa Ufalme wa Rumi kama mtume kwa Mataifa.

Danieli hakuridhiana na hila zilizofanywa na watu waovu waliokuwa na wivu naye. Hakuacha kuomba, lakini alienenda katika haki. Mwishowe, alitupwa katika tundu la simba, lakini hakudhuriwa kamwe. Akamtukuza Mungu sana.

Yeremia aliomboleza na kuwaonya watu kwa machozi watu wake walipokuwa wakifanya dhambi mbele za Mungu. Kwa sababu hiyo alipigwa na akawekwa gerezani. Lakini hata katika hali ambapo Yerusalemu ilishindwa na Nebukadneza wa Babeli na watu wengi sana waliuawa na kuchukuliwa mateka, Yeremia aliokolewa na akafanyiwa mema na huyo mfalme.

Akiwa na imani, Ibrahimu alipita mtihani wa kumtoa mwanawe Isaka sadaka, hivyo basi akaweza kuitwa rafiki wa Mungu. Alipokea baraka kubwa sana katika roho na mwili ambazo hata huyo mfalme wa taifa alimpokea na heshima.

Kama ilivyoelezwa, katika visa vingi, majaribu hutujia kwa sababu ya aina za uovu tulizonazo, lakini pia kuna visa vya kipekee ambapo watu wa Mungu hupata mitihani katika imani yao. Lakini matokeo ya haya ni baraka.

Pigo la Vyura

Hata baada ya siku saba kuanzia wakati mto Nili ulipogeuka

damu, Farao aliufanya moyo wake uwe mgumu. Kwa kuwa wachawi pia waligeuza maji yakawa damu, akakataa kuwaacha Waisraeli waende.

Kama mfalme wa taifa, Farao alilazimika kuondoa hali ile mbaya iliyowakumba watu wake waliokuwa hawana maji, lakini kwa kweli hakujali shida hiyo, kwa kuwa moyo wake ulifanywa kuwa mgumu.

Kwa sababu ya moyo mgumu wa Farao, pigo la pili likaletwa juu ya Misri.

Na huo mto utafurika vyura, nao watakwea juu na kuingia ndani ya nyumba yako, na ndani ya chumba chako cha kulala, na juu ya kitanda chako, na ndani ya nyumba ya watumishi wako, na juu ya watu wako, na ndani ya meko yako, na ndani ya vyombo vyako vya kukandia unga. Kisha hao vyura watakwea juu yako wewe, na juu ya watu wako, na juu ya watumishi wako wote (Kutoka 8:3-4).

Kama Mungu alivyomwambia Musa, wakati Haruni aliponyosha mkono wake na ile fimbo yake juu ya maji ya Misri, idadi kubwa isiyoweza kuelezeka ya vyura ilianza kufunika nchi ya Misri. Kisha, waganga nao wakafanya vivyo hivyo na ujanja wao wa siri.

Isipokuwa kule Antaktika, kuna zaidi ya aina 400 tofauti

tofauti za vyura ulimwenguni kote. Ukubwa wao unaanzia 2.5 cm hadi 30 cm.

Watu wengine hula vyura, lakini kawaida watu hushangazwa au huudhika wanapoona vyura. Macho ya vyura yako nje na hawana mikia. Miguu yao ya nyuma ina nyayo zenye utando na ngozi yao ina maji maji kila wakati. Mambo haya yote husababisha aina fulani ya hisia za maudhi.

Sio vyura kadha, bali vyura visivyoweza kuhesabika viliifunika nchi yote. Vilikaa juu ya meza za kulia na vikarukaruka ndani ya vyumba vya kulala na juu ya vitanda. Hawakufikiri hata juu ya kufurahia chakula au kupumzika vizuri na kwa amani.

Maana ya Kiroho ya Pigo la Vyura

Basi, maana ya Kiroho iliyo katika pigo la vyura ni nini?

Kitabu cha Ufunuo 16:13 kina tamko la, "Roho tatu za uchafu zilizofanana na vyura." Vyura ni moja wapo ya wanyama wasiopendwa, na kiroho, wanamrejelea Shetani.

Vyura vinavyoingia nyumba ya mfalme na nyumba za mawaziri wake na watu wake maanake ni kwamba pigo hili lililetwa juu ya kila mtu kwa njia moja, bila kujali vyeo vyao katika jamii.

Pia, vyura kupanda juu hadi vitandani maanake ni kwamba

kungekuwa na matatizo kati ya waume na wake zao.

Kwa mfano, tuseme mke ni mwamini lakini mume si mwamini, na mume ana mpango wa kando. Basi, anaposhikwa, hutoa visababu kama vile, "Ni kwa sababu wakati wote unaenda kanisani."

Kama yule mke anaamini kwamba mumewe, anayelaumu kanisa kwa matatizo yao ya kibinafsi, na kukaa mbali ya Mungu, basi hili ni tatizo linalosababishwa ni Shetani katika chumba cha kulala.'

Watu hukabiliwa na pigo aina hii kwa sababu wana aina ya uovu. Wanaonekana wanaishi maisha mazuri katika imani, lakini wanapokabiliwa na mitihani, mioyo yao hutikisika. Imani yao na tumaini la mbinguni hupotea. Furaha yao na amani hutoweka pia, na huogopa kutazama uhalisi wa hiyo hali.

Lakini kama kweli tumaini la kwenda mbinguni na upendo wa Mungu, na kama wana imani ya kweli, hawatateseka kwa sababu ya mambo magumu wanayopitia hapa duniani. Badala yake watayashinda na waanze kupokea baraka.

Vyura vikaingia ndani ya meko na vyombo vya kukandia unga. Vyombo vya kukandia unga vinarejelea mkate wetu wa kila siku, na meko mahali petu pa kazi au eneo la biashara. Hili kwa jumla maanake ni kwamba Shetani anafanya kazi katika jamaa za watu, mahali pa kazi, maeneo ya biashara, na hata katika chakula cha kila siku. Kwa hivyo kila mmoja atatiwa katika hali ngumu na zenye mfadhaiko.

Katika hali ya aina hii, watu wengine hawashindi fikira za majaribu, "Majaribu haya yananijia kwa sababu ya imani katika Yesu," halafu wanarudi ulimwenguni. Huko ni kuondoka katika njia ya wokovu na uzima wa milele.

Lakini kama wanakiri ukweli kwamba hayo mambo magumu yaliwajia kwa sababu ya wao kukosa imani na aina za uovu, na kisha watubu kwa ajili ya hayo, kazi sumbufu za Shetani zitaondoka, na Mungu atawasaidia kuyashinda hayo mambo magumu.

Kama kwa kweli tuna imani, hakuna jaribu wala pigo litakalokuwa tatizo kwetu. Hata kama tutakabiliwa na jaribu, tukifurahi, tushukuru, na tuwe macho na tuombe, matatizo yote yanaweza kutatuliwa.

Ndipo Farao akawaita Musa na Haruni na kuwaambia, 'Mwombeni BWANA, ili awaondoe vyura hawa kwangu mimi na kwa watu wangu; nami nitawapa watu ruhusa waende zao, ili wamtolee BWANA dhabihu" (Kutoka 8:8).

Farao akamwuliza Musa na Haruni waondoe hivyo vyura vilivyoifunika nchi yote. Kupitia kwa maombi ya Musa, vyura vilikufa katika nyumba, mahakama, na mashamba.

Watu wakavikusanya pamoja, na nchi ikawa inanuka. Sasa

wakapata nafuu. Lakini Farao alipoona nafuu hiyo, akageuza nia yake. Alikuwa ameahidi kwamba angewaachilia Waisraeli kama vyura vingeondolewa, lakini akageuza tu nia yake.

Lakini Farao alipoona ya kuwa pana nafuu, akaufanya moyo wake kuwa mzito, asiwasikize; kama BWANA alivyonena. (Kutoka 8:15).

'Kufanya moyo wake uwe mgumu' maanake ni kwamba Farao aliku mkaidi. Hata baada ya kuona mfululizo wa kazi za Mungu, hakumsikiza Musa. Kwa sababu hiyo, pigo lingine likaletwa.

Pigo la Chawa

Mungu alimwambia Musa katika Kutoka 8:16, "Mwambie Haruni, 'Nyosha fimbo yako, ukayapige mavumbi ya nchi, ili kwamba yawe chawa katika nchi yote ya Misri.'"
Musa na Haruni walipofanya walivyoambiwa, mavumbi ya nchi yakawa chawa katika nchi yote ya Misri.
Waganga wakajaribu na ujanja wao wa siri kutengeneza chawa, lakini hawakuweza. Hatimaye wakatambua kwamba havingeweza kufanya na aina yoyote ya uwezo wa mwanadamu na wakaungama kwa mfalme.

Jambo hili ni chanda cha Mungu (Kutoka 8:19).

Mpaka sasa, waganga waliweza kufanya mambo hayo hayo kama kugeuza fimbo kuwa nyoka, kugeuza maji kuwa damu, na kuleta vyura. Lakini hawakuweza kufanya mambo kama hayo tena.

Hatimaye, walilazimika kukiri uwezo wa Mungu uliodhihirishwa kupitia kwa Musa. Lakini Farao akaufanya moyo wake kuwa mgumu bado na hakumsikiza Musa.

Maana ya Kiroho ya Pigo la Chawa

Katika Kiebrania neno 'Kinim' linatafsiriwa kwa maneno mengi kama 'chawa, viroboto, au visubi.' Wadudu kama hao kwa jumla ni wadogo na wanaishi mahali pachafu. Huuma wanadamu au wanyama na kuwafyonza damu. Kawaida hupatikana katika nywele, nguo, au manyoya ya wanyama. Kuna zaidi ya aina 3.300 tofauti tofauti za chawa.

Wanapowafyonza damu wanadamu, huwasha. Pia wanaweza kusababisha uambukizaji wa upili kama vile homa ya kurudirudi au mlipuko wa homa kali iletwayo na chawa.

Leo, katika miji misafi hatuwezi kuona chawa kirahisi, lakini kulikuwa na wadudu wengi kama hao wanaoishi mwilini mwa mwanadamu kwa sababu ya uchafu.

Basi, pigo la chawa ni nini hasa?

Mavumbi ya nchi yaligeuka kuwa chawa. Vumbi ni kitu kidogo sana kinachoweza kupeperushwa na pumzi zetu. Saizi yake inaanzia 3-4μm (mikrometa) hadi 0.5 mm.

Kama tu kitu kisichokuwa na maana kama mavumbi kuwa chawa wenye uhai wanaofyonza damu na kuleta ugumu na mateso, pigo la chawa linaashiria visa ambavyo katika hivyo mambo madogo yasiyojulikana ambayo si kitu, ghafla huinuka na kukua matatizo makubwa ya kututesa na kutuumiza.

Kawaida, kuwashwa ni maumivu madogo yakilinganishwa na maumivu ya magonjwa mengine, lakini kunaudhi sana. Pia, kama chawa wanavyoishi mahali pachafu, pigo la chawa litaingia mahali penye aina ya uovu.

Kwa mfano, ugomvi kidogo kati ya ndugu au kati ya mke na mume unaweza kukua na kuwa vita vikubwa. Wanaposema juu ya jambo dogo lililofanyika kitambo, pia linaweza kukua na kuwa vita vikubwa. Hili pia ni pigo la chawa

Wakati aina ya uovu kama husuda na wivu moyoni vinapokua na kuwa chuki, wakati mtu anaposhindwa kujizuia na kumkasirikia mtu mwingine, wakati uongo kidogo unapokua na kuwa uongo mkubwa katika jitihada za kuuficha. Hii yote ni mifano ya pigo la chawa.

Kama kuna aina ya uovu uliofichika moyoni, basi mtu huyo anakuwa na mateso moyoni mwake. Anaweza kuhisi kuwa maisha ya Ukristo ni magumu. Ugonjwa mdogo unaweza kumshika. Haya mambo pia ni pigo la chawa. Tukipatwa na homa au mafua ghafla, au tukiwa na ugomvi mdogo na matatizo, tunapaswa kujiangalia upesi na tutubu.

Sasa, maana ya chawa kuwa juu ya wanyama ni nini? Wanyama ni vitu vyenye uhai na wakati huo, idadi ya wanyama pamoja na ardhi, ndicho kilichokuwa kipimo cha kuona jinsi mtu alivyokuwa tajiri. Mfalme, mawaziri, na watu walikuwa na mashamba ya mizabibu na walikuwa wanafuga ng'ombe.

Leo, mali zetu ni zipi? Si nyumba, ardhi, biashara, au mahali petu pa kazi lakini hata jamaa pia wako katika kundi la 'mali' zetu. Na kwa kuwa wanyama ni vitu vyenye uhai, inaashiria jamaa wanaoishi pamoja.

'Chawa kuwa juu ya wanadamu na wanyama' maanake ni kwamba matatizo madogo yanapokua makubwa, si sisi peke yetu tunaoteseka, lakini pia jamaa zetu.

Mifano kama hiyo ni visa ambapo watoto huteseka kwa sababu ya makosa ya wazazi wao, au mume huteseka kwa sababu ya makosa ya mkewe.

Kule Korea, watoto wengi wadogo wanaugua ugonjwa wa juu ya ngozi. Kwanza unaanza na kuwashwa kidogo, kisha punde is punde huenea mwili mzima na kusababisha kutokwa na maji kwa sababu ya kupasuka kwa ngozi na majipu.

Katika kisa kikali, ngozi za watoto wengine hupasuka kuanzia kichwa hadi wayo na kutoa maji. Ngozi yao inapopasuka, huwa imejaa damu na usaha.

Wazazi wanapoona watoto wao katika hali ya aina hii, huvunjika moyo kwa sababu ya ukweli kwamba hawawezi kuwafanyia watoto wao chochote.

Pia, wazazi wanapokasirika, wakati mwingine watoto wao wadogo hushikwa na homa ya ghafla. Katika visa vingi, ugonjwa wa watoto wadogo husababishwa na makosa ya wazazi wao.

Katika hali hii, wazazi wanapoangalia maisha yao na kutubu kwa sababu ya kutotimiza wajibu wao sawasawa, kutokuwa na amani na wengine, na chochote kilichokuwa makosa machoni pa Mungu, punde watoto watapona.

Tunaweza kuona pia kwamba ni mapenzi ya Mungu kuruhusu mambo haya yafanyike. Pigo la chawa hutujia wakati tunapokuwa na aina za uovu. Kwa hivyo, hatupaswi kuchukulia hata mambo madogo kwamba ni sadifa, lakini tuvumbue aina za uovu ndani yetu, na tutubu upesi na tuziache.

Sura ya 4

Mapigo ya Nzi, Tauni, na Majipu

Kutoka 8:21-9:11

"BWANA akafanya hivyo. Wakaja wingi wa mainzi kwa uzito sana, wakaingia nyumbani mwa Farao, na katika nyumba za watumishi wake, tena katika nchi yote ya Misri; nayo nchi iliharibiwa kwa ajili ya wale mainzi" (8:240. Tazama, mkono wa BWANA u juu ya wanyama wako wa mifugo walioko kondeni, juu ya farasi, na juu ya punda, na juu ya ngamia, na juu ya ng'ombe, na juu ya kondoo; kutakuwa na tauni nzito sana. BWANA akalifanya jambo hilo siku ya pili, na wanyama wote wa kufugwa wa Misri wakafa; lakini katika wanyama wa wana wa Israeli hakufa hata mmoja" (9:3, 6).

"Basi wakatwaa majivu ya tanuuni, na kusimama mbele ya Farao; na Musa akayarusha juu mbinguni nayo yakawa ni majipu yenye kufura na kutumbuka juu ya wanadamu na juu ya wanyama. Nao wale waganga hawakuweza kusimama mbele ya Musa kwa sababu ya hayo majipu, kwa maana hao waganga walikuwa na majipu, na Wamisri wote walikuwa nayo" (9:10-11).

Waganga wa Misri walikiri uwezo wa Mungu baada ya kuona pigo la chawa. Lakini Farao akaufanya moyo wake kuwa mgumu bado na hakumsikiza Musa. Uwezo wa Mungu uliokuwa umedhihirishwa mpaka wakati huu ulikuwa unamtosha kumwamini Mungu. Lakini akategemea nguvu zake na mamlaka yake na kujiona mwenyewe kama mungu, na hakumwogopa Mungu.

Mapigo yakaendelea, lakini hakutubu ila akazidi kuufanya mgumu moyo wake. Kwa hivyo, mapigo nayo yakawa makubwa zaidi. Kufikia mahali walipoletewa pigo la chawa, wangepona mara moja kama tu wangegeuka. Lakini kufikia hapo inakuwa vigumu zaidi kwao kupona.

Pigo la Nzi

Musa alienda mbele ya Farao asubuhi mapema kulingana na neno la Mungu. Kwa mara nyingine alipeleka ujumbe wa Mungu awaache Waisraeli waende.

BWANA akamwambia Musa, "Inuka asubuhi na mapema usimame mbele ya Farao; angalia! Atoka aende majini; kamwambie, 'BWANA asema, "Wape watu wangu ruhusa waende zao, ili wanitumikie mimi"'" (Kutoka 8:20).

Lakini Farao hakumsikiza Musa. Hili lilisababisha pigo la nzi lije juu yao, si katika nyumba ya kifalme ya Farao peke yake na nyumba za mawaziri wake, lakini pia katika nchi yote ya Misri.

Nchi ikajaa nzi

Nzi wana madhara. Huambukiza magonjwa kama homa ya matumbo, kipindupindu, kifua kikuu, na ukoma. Nzi wa kawaida anaweza kuzaa mahali popote, hata kwenye uchafu wa mwilini na takataka. Hula chochote kiwe chakula au uchafu. Usagaji wao wa chakula unafanyika haraka na hutoa uchafu kila baada ya dakika tano.

Aina tofauti tofauti za vidudu vya kipathojeni vinaweza kuachwa juu ya vyakula au vyombo vya watu na vinaweza kuingia katika mwili wa mwanadamu. Midomo na miguu yao imejaa majimaji ambayo pia hubeba vidudu hivyo vya kipathojeni. Wao ni moja wapo ya sababu kubwa zaidi za magonjwa ambukizi.

Leo, tuna hatua nyingi za kuzuia na kuponya, na hakuna magonjwa mengi ya kuenezwa na nzi. Lakini zamani, ugonjwa wowote ambukizi ulipozuka, watu wengi walipoteza maisha yao. Pia, kando na magonjwa ambukizi, nzi wakitua juu ya vyakula tunavyokula, itakuwa vigumu kula vyakula hivyo kwa kuwa havitakuwa safi.

Na sio nzi mmoja au wawili, bali ni nzi wasiohesabika waliojaa nchi yote ya Misri. Hao watu walikuwa na uchungu wa kiasi gani! Walipotazama tu mandhari iliyokuwa karibu nao, ni lazima waliogopa.

Nchi yote ya Misri iliharibiwa na makundi ya nzi yaliyoogofya. Hili maanake ni kwamba, uasi, sio tu wa Farao bali pia wa Wamisri wote ulienea katika nchi zote za Misri.

Lakini ili tutofautishe kwa uwazi kabisa kati ya Waisraeli na Wamisri, hakuna nzi waliotumwa nchi ya Gosheni mahali walipoishi Waisraeli.

Endeni mkamtolee Mungu wenu dhabihu ndani ya nchi hii (Kutoka 8:25).

Kabla Mungu hajatuma pigo la kwanza, aliwaamuru wamtolee sadaka kule nyikani, lakini Farao akawaambia wamtolee sadaka Mungu katika nchi ya Misri. Sasa, Musa akakataa maoni hayo na akamwambia sababu.

Haitupasi kufanya hivyo; kwa kuwa tutamchinjia sadaka BWANA, Mungu wetu, na hayo machukizo ya Wamisri; je! Tutachinja sadaka ya hayo machukizo ya Wamisri mbele ya macho yao, wasitupige kwa mawe? (Kutoka 8:26)

Musa akaendelea kusema kwamba wangeenda nyikani kwa siku tatu na wafuate amri ya Mungu. Farao akajibu na kumwambia wasiende mbali sana na pia amwombee na yeye.

Musa akamwambia Farao kwamba nzi wangepotea tu siku iliyofuata, na akamwomba awe mwaminifu juu ya neno lake, awaache Waisraeli waende.

Lakini nzi walipopotea kwa maombi ya Musa, Farao akageuza nia yake na hakuwaacha Waisraeli waende. Kupitia kwa hili tunaweza kufahamu jinsi alivyokuwa mwongo na mjanja. Pia tunaona ni kwa nini alilazimika kukabiliana na mapigo ya kuendelea.

Maana ya Kiroho ya Pigo la Nzi

Kama tu nzi wanavyotoka mahali pachafu na kuhamisha magonjwa ambukizi, moyo wa mwanadamu ukiwa mwovu na mchafu, atasema maneno maovu, na kusababisha magonjwa mengi au matatizo yaje juu yake. Hili ni pigo la nzi.

Pigo aina hii linapokuja, haliji tu kwa mtu binafsi, bali pia juu ya mkewe/mumewe na mahali pa kazi.

Mathayo 15:18-19 inasema, "Bali vitokavyo kinywani vyatoka moyoni; navyo ndivyo vimtiavyo mtu unajisi. Kwa maana moyoni hutoka mawazo mabaya, uuaji, uzinzi, uasherati; wivi, ushuhuda wa uongo, na matukano."

Yoyote yale yaliyo moyoni mwa mwanadamu hutokea midomoni. Kutoka kwa moyo mzuri, hutoka maneno mazuri, lakini kutoka kwa mioyo michafu, hutoka maneno machafu. Tukiwa waongo na wajanja, na tuwe na chuki na hasira, aina hizo za maneno na matendo zitajitokeza.

Matukano, hukumu, kutia hatiani, na kulaani yote hutoka kwa mioyo miovu na michafu. Na hii ndiyo sababu Mathayo 15:11 inasema, Sicho kiingiacho kinywani kimtiacho mtu unajisi; bali kitokacho kinywani ndicho kimtiacho mtu unajisi."

Hata wasioamini husema vitu kama, "Maneno huanguka kama mbegu," au "Maji yakimwagika hayazoleki."

Huwezi kubatilisha yale uliyoyasema hivi punde. Hasa

katika maisha ya Ukristo, ungamo la midomo ni muhimu sana. Kulingana na aina ya maneno unayosema, yawe mazuri au mabaya, yanaweza kuwa na majibu tofauti kwako.

Tukiwa na mafua ya kawaida au ugonjwa ambukizi, haya yako katika kundi la pigo la chawa. Kwa hivyo, tukitubu mara moja, tunaweza kupona. Lakini kutoka kwa kisa cha pigo la nzi, hatuwezi kupona mara moja hata tukitubu. Kwa kuwa yanasababishwa na uovu mkubwa kuliko katika kisa cha pigo la chawa, ni lazima tukabiliane na adhabu.

Kwa hivyo, tukikabiliwa na pigo la nzi, ni lazima tujiangalie na tutubu kisawasawa yale maneno maovu na mambo kama hayo. Ni baada ya kutubu peke yake ndipo tatizo linaweza kutatuliwa.

Katika Biblia tunaweza kupata watu waliopokea adhabu kwa sababu ya maneno yao maovu. Hicho ndicho kisa cha Mikali, binti Mfalme Sauli na mke wa Mfalme Daudi. Katika 2 Samweli sura ya 6, wakati Sanduku la BWANA Mungu liliporudishwa mjini mwa Daudi, Daudi alifurahi sana na akacheza mbele ya kila mtu.

Sanduku la BWANA lilikuwa ishara ya uwepo wa Mungu. Likachukuliwa na Wafilisti wakati wa Waamuzi lakini likarejeshwa. Halingeweza kukaa katika hema na likakaa kwa Muda katika Kiriathi yearimu kwa kama miaka sabini. Baada ya Daudi kuchukua ufalme, aliweza kulipeleka Sanduku hilo katika hema kule Yerusalemu. Alifurahi sana sana.

Si Daudi tu aliyefurahi bali Waisraeli wote pia walishangilia pamoja na kumsifu Mungu. Lakini Mikali, aliyetakiwa kufurahi pamoja na mumewe, alimbeza Mfalme na kumdharau.

Mfalme wa Israeli alikuwa mtukufu leo namna gani! Akijifunua mwili wake mbele ya vijakazi vya watumishi wake, mfano wa watu baradhuli mmojawapo, ajifunuavyo mwili wake mbele ya watu, asipokuwa na haya! (2 Samweli 6:20)

Kisha Daudi akasema nini?

Ilikuwa mbele za BWANA, aliyenichagua mimi juu ya baba yako, na juu ya nyumba yake, ili kuniweka niwe mkuu juu ya watu wa BWANA, juu ya Israeli; kwa hiyo mimi nitacheza mbele za BWANA. Kisha nitakuwa hafifu zaidi, nami nitakuwa mnyonge machoni pangu mimi mwenyewe; lakini kwa wale vijakazi uliowanena, kwao nitaheshimiwa (2 Samweli 6:21-22).

Kwa kuwa Mikali alisema maneno maovu kama hayo, hakupata mtoto hadi siku yake ya kufa.

Vivyo hivyo, watu hufanya dhambi nyingi sana kwa midomo yao, lakini hata hawatambui kwamba maneno yao ni dhambi. Kwa sababu ya makosa juu ya midomo, adhabu za dhambi huja juu ya mahali pao pa kazi, biashara, na jamaa, lakini hata hawatambui ni kwa nini. Mungu pia anatwambia juu ya umuhimu wa maneno.

Katika kosa la midomo kuna mtego kwa mbaya; Bali mwenye haki atatoka katika taabu. Mtu atashiba mema kwa matunda ya kinywa chake; Na atarudishiwa matendo ya mikono yake (Mithali 12:13-14).

Mtu atakula mema kwa matunda ya kinywa chake; Bali nafsi ya mtu haini itakula jeuri. Yeye alindaye kinywa chake huilinda nafsi yake; Bali afunuaye midomo yake atapata uharibifu (Mithali 13:2-3).

Mauti na uzima huwa katika uwezo wa ulimi; Na wao waupendao watakula matunda yake (Mithali 18:21).

Tunapaswa kutambua ni matokeo aina gani yanayosababishwa na maneno maovu yatokayo midomoni mwetu, ili tuweze kusema maneno ya kujenga peke yake, maneno mema na mazuri, maneno ya adilifu na ya nuru, maungamo ya imani.

Pigo la Tauni

Hata baada ya kuteswa na pigo la nzi, Farao aliufanya moyo wake ukawa mgumu bado na akakataa kuwaacha Waisraeli waende. Kisha Mungu akaruhusu pigo la tauni liwajie.

Wakati huo pia, Mungu alimtuma Musa kabla ya kuachilia hilo pigo. Alimtuma Musa apeleke mapenzi wosia wake.

Kwani ukikataa kuwapa ruhusa waende, na kuzidi kuwazuia,

tazama, mkono wa BWANA u juu ya wanyama wako wa mifugo walioko kondeni, juu ya farasi, na juu ya punda, na juu ya ngamia, na juu ya ng'ombe, na juu ya kondoo; kutakuwa na tauni nzito sana. Kisha BWANA atawatenga wanyama wa Israeli na wanyama wa Misri; wala hakitakufa kitu cho chote cha wana wa Israeli (Kutoka 9:2-4).

Ili awafanye watambue kwamba haikuwa sadifa bali pigo lililoletwa na uwezowa Mungu, aliweka muda maalum, akasema, "Kesho BWANA atalifanya jambo hili katika nchi." Kwa njia hii aliendelea kuwapatia nafasi za kutubu.

Kama angekuwa amekiri uwezo wa Mungu hata kidogo tu, Farao angekuwa amegeuza nia yake na hangepata mapigo mengine zaidi.

Lakini hakugeuza nia yake. Matokeo yake, tauni ikawajia, na mifugo iliyokuwa makondeni– farasi, punda, ngamia, ng'ombe, na kondoo– wakafa.

Kinyume na hayo, hakuna mnyama wa Waisraeli hata mmoja alikufa. Mungu aliwaacha watambue kwamba Mungu anaishi na hutimiza neno lake. Farao alijua ukweli huu vizuri sana, lakini bado akaufanya moyo wake kuwa mgumu na hakugeuza mawazo yake.

Maana ya Kiroho ya Pigo la Tauni

Tauni ni ugonjwa wowote unaoenea haraka na kuua idadi kubwa ya watu au wanyama. Sasa, mifugo wote kule Misri walikufa, na tunaweza kudhania ulikuwa uharibifu wa kiasi gani.

Kwa mfano, tauni ya Black Death au Bubonic, iliyoenea Ulaya karne ya kumi na nne, kwa kweli ulikuwa mkurupuko uliofanyika juu ya wanyama kama kuchakuro na panya. Lakini ulienezwa kwa watu kupitia kwa viroboto na kusababisha vifo vingi. Kwa kuwa ulikuwa ambukizi sana na sayansi ya matibabu ilikuwa haijaendelea sana, iliua watu wengi sana.

Mifugo kama ng'ombe na farasi, na makundi ya kondoo na mbuzi walikuwa sehemu kubwa sana ya utajiri wa watu. Kwa hivyo, mifugo inaashiria mali za Farao, mawaziri, na watu. Mifugo ni vitu vinavyoishi, na katika maana ya wakati huu, inarejelea watu wa jamaa zetu, wenzetu na rafiki zetu wanaoishi pamoja nasi katika nyumba zetu, mahali pa kazi, au biashara.

Sababu ya tauni juu ya mifugo kule Misri ilikuwa uovu wa Farao. Kwa hivyo, maana ya kiroho ya pigo la tauni ni kwamba magonjwa yatakuja juu ya watu wa jamaa zetu tukilimbikiza uovu na Mungu akigeuza uso wake kando na kuacha kutuangalial.

Kwa mfano, wazazi wanapokosa kumtii Mungu, watoto wao wapendwa wanaweza kupata ugonjwa ulio mgumu kupona. Au, kwa sababu ya uovu wa mume, mke wake anaweza kuwa mgonjwa. Aina hii ya pigo linapokuja juu yetu, hatupaswi tu kujiangalia lakini pia watu wote wa jamaa hiyo lazima watubu pamoja.

Kuanzia Kutoka 20:4 na kwendelea, inasema kuwa adhabu ya kuabudu sanamu itaendelea kwa vizazi vitatu hadi vinne.

Kwa kweli, Mungu wa upendo hataadhibu katika kila kisa. Watoto wakiwa wazuri mioyoni, wakimkubali Mungu na kuishi maisha ya imani, hawatakabiliwa na mapigo yoyote ya kusababishwa na dhambi za wazazi.

Bali watoto wakilimbikiza uovu zaidi juu ya uovu waliorithi kutoka kwa wazazi wao, watakabiliwa na matokeo ya dhambi. Katika visa vingi, watoto wanaozaliwa katika jamaa zinazoabudu sanamu sana huzaliwa na ulemavu wa kurithiwa au huwa na upungufu wa akili.

Watu wengine wana hirizi za bahati zilizotundikwa juu ya kuta za nyumba zao. Wengine huabudu sanamu za Buddha. Na bado wengine huweka majina yao katika mahekalu ya Buddha. Katika aina hii ya uabudu sanamu mzito, hata ingawa wao wenyewe wanaweza kuwa hawatapata mapigo, watoto wao watakuwa na matatizo.

Kwa hivyo, wazazi wanapaswa siku zote wawe katika ukweli ili dhambi zao zisiwaingie watoto wao. Ikiwa mtu yeyote katika jamaa atapata ugonjwa ambao ni vigumu kupona, ni lazima aangalie kama haukusababishwa na dhambi zake.

Pigo la Majipu

Farao alitazama vifo vya mifugo ya Misri, na akatuma mtu aangalie kilichokuwa kinafanyika katika nchi ya Gosheni kulikoishi Waisraeli. Tofauti na maeneo mengine yote ya Misri,

hakuna mfugo uliokufa katika nchi ya Gosheni.
 Hata baada ya kuona kazi za Mungu asizoweza kuzikana, Farao hakugeuka.

 Farao akatuma watu, na tazama, hapana mmoja aliyekufa katika wanyama wa wana wa Israeli. Lakini moyo wa Farao ulikuwa mzito, wala hakuwapa hao watu ruhusa waende zao (Kutoka 9:7).

 Hatimaye, Mungu akamwambia Musa na Haruni wachukue konzi za jivu kutoka katika tanuu, na Musa ayatupe kuelekea mbinguni machoni pa Farao. Walipokuwa wanafanya yale aliyowaambia Mungu, yalikuwa majibu yenye kufura na kutumbuka juu ya wanadamu na juu ya wanyama.
 Jipu ni uvimbe unaowasha ulio mahali fulani juu ya ngozi unaoletwa na maambukizi ya kinyeleo cha unywele na tishu jirani, kuwa na kokwa ngumu ya katikati, na kufanya usaha.
 Katika visa vikali, mtu anaweza kulazimika kufanyiwa upasuaji. Majipu mengine ni makubwa zaidi ya kipenyo cha 10cm. Hufura na kusababisha homa kali na uchovu, na watu wengine hawawezi hata kutembea vizuri. Ni kitu chenye maumivu mengi sana.
 Hayo majipu yalikuwa juu ya wanadamu na wanyama, na hata waganga hawakuweza kusimama mbele ya Musa kwa sababu ya hayo majipu.
 Katika kisa cha tauni, ni wanyama peke yao waliokufa. Lakini katika kisa cha majipu, si wanyama peke yake bali hata

watu walilazimika kuyapata.

Maana ya Kiroho ya Pigo la Majipu

Tauni ni ugonjwa wa ndani, bali majipu huonekana nje wakati kilicho ndani kimekuwa kibaya zaidi.

Kwa mfano, chembechembe ndogo ya saratani hukua na kisha hatimaye, hujitokeza nje. Hivyo ndivyo ilivyo kwa kiharusi cha ubongo au kupooza, magonjwa ya pafu, na UKIMWI.

Magonjwa haya kawaida hupatikana katika watu wenye hulka za ukaidi. Kila kisa kinaweza kuwa tofauti, lakini wengi wao wana hasira za haraka, kiburi, hawasamehi wengine na hujiona kwamba wao wenyewe ni bora zaidi. Pia, husisitiza juu ya maoni yao peke yake na kupuuza wengine. Yote ni kwa sababu ya kukosa upendo. Mapigo huletwa na hizi sababu.

Wakati mwingine, tunaweza kushangaa, "Anaonekana mpole na mzuri, na kwa nini anaugua ugonjwa ule?" Lakini hata ingawa mtu anaweza kuonekana mpole kwa nje, anaweza kuwa kihalisi si mpole machoni pa Mungu.

Ikiwa yeye mwenyewe si mkaidi, yumkini ni kwa sababu ya dhambi kubwa zilizofanywa na mababu zake (Kutoka 20:5).

Wakati pigo linapokuja kwa sababu ya mtu wa jamaa hiyo, tatizo hilo litatatuliwa wakati watu wote wa familia hiyo watakapotubu pamoja. Kupitia kwa hili, wakiwa jamaa ya amani na nzuri, inakuwa baraka kwao.

Mungu hutawala uhai, kifo, mafanikio, na kutofanikiwa kwa wanadamu katika hukumu ya haki. Kwa hivyo, hakuna pigo au baa linaloweza kuja bila sababu (Kumbukumbu la Torati 28).

Pia, hata wakati watoto wanapoteseka kwa sababu ya dhambi za wazazi au mababu, sababu ya msingi iko kwa watoto wenyewe. Hata kama wazazi huabudu sanamu, watoto wanapoishi katika neno la Mungu, Mungu huwalinda, hivyo basi mapigo hayatawajia.

Adhabu ya dhambi za uabudu sanamu wa mababu au ile ya wazazi huwaingia watoto kwa sababu watoto wenyewe hawaishi kwa kufuata neno la Mungu. Wakiwa wanaishi katika kweli, Mungu wa hukumu ya haki huwalinda, hivyo basi hakutakuwa na matatizo yoyote.

Kwa sababu Mungu ni upendo, huangalia roho moja kuwa ina thamani kuliko ulimwengu mzima. Anamtaka kila mtu aufikie wokovu, aishi katika kweli, na ashinde vita maishani mwake.

Mungu huruhusu mapigo juu yetu si ili atupeleke katika maangamizi bali atufanye tutubu dhambi zetu na kuziacha kulingana na upendo wake.

Mapigo ya damu, vyura, na chawa husababishwa na kazi za Shetani, na hayana nguvu sana yakilinganishwa na mengine. Kwa hivyo, tukitubu na kugeuka, yanaweza kutatuliwa kirahisi.

Lakini mapigo ya nzi, tauni, na majipu ni mazito zaidi, na yanagusa mili yetu moja kwa moja. Kwa hivyo katika visa hivi, ni lazima turarue mioyo yetu na tutubu kisawasawa.

Kama tunateseka kutoka kwa pigo lolote kati ya haya, hatupaswi kulaumu mtu mwingine yeyote. Badala yake, ni lazima tuwe na hekima ya kutosha kujiangalia wenyewe juu ya neno la Mungu na kutubu kila kitu ambacho hakikuwa sawa machoni pa Mungu.

Sura ya 5

Mapigo ya Mvua ya Mawe na Nzige

Kutoka 9:23-10:20

Musa akaunyosha mkono wake kuelekea mbinguni; na BWAMA akaleta ngurumo na mvua ya mawe, na moto ukashuka juu ya nchi. BWANA akanyesha mvua ya mawe juu ya nchi yote ya Misri. Basi palikuwa na mvua ya mawe, na moto uliochanganyikana na ile mvua ya mawe, nzito sana, ambayo mfano wake haukuwapo katika nchi yote ya Misri tangu ilipoanza kuwa taifa (Kutoka 9:23-24).
Basi Musa akainyosha fimbo yake juu ya nchi ya Misri, na BWANA akaleta upepo kutoka mashariki juu ya nchi, mchana kutwa, na usiku kucha; kulipopambazuka ule upepo wa mashariki ukawaleta nzige. Na hao nzige wakakwea juu ya nchi yote ya Misri, wakatua ndani ya mipaka yote ya Misri, walikuwa wabaya mno; Hawajakuwapo nzige kama hao majira yo yote, wala baada yao hawatakuwa wengine jinsi hiyo (10:13-14).

Wale wazazi wawapendao watoto wao kweli hawataacha kuwarudi au kuwachapa watoto wao. Ni matamanio ya wazazi wawaelekeze watoto wao katika kufanya yale yanayofaa.

Watoto wakikosa kusikia makaripio ya wazazi wao, wakati mwingine wanalazimika kutumia fimbo ili watoto wasisahau. Lakini uchungu katika mioyo ya wazazi ni mwingi kuliko maumivu ya mwili ya watoto.

Mungu wa upendo pia wakati mwingine hugeuza uso wake aruhusu pigo au matatizo ili watoto wake wapendwa waweze kutubu na kuacha dhambi.

Pigo la Mvua ya Mawe

Mungu angekuwa ameleta pigo kubwa kuanzia mwanzo ili amfanye Farao atii. Lakini Mungu ana saburi; huvumilia kwa muda mrefu. Alionyesha uwezo wake, na akamwelekeza Farao na watu wake wamkiri, akianza na pigo dogo.

Kwa kuwa wakati huu ningekwisha kuunyosha mkono wangu, na kukupiga wewe na watu wako, kwa tauni, nawe ungekatiliwa mbali na kuondolewa katika nchi. Lakini, nilikusimamisha wewe kwa sababu hii hii, ili nikuonyeshe uweza wangu, tena kwamba jina langu litangazwe katika dunia yote. Nawe, je! Hata sasa wajitukuza juu ya watu wangu, usiwape ruhusa waende zao? Tazama, kesho wakati kama huu, nitanyesha mvua ya mawe nzito sana, ambayo mfano wake haujakuwa huko

Misri tangu siku ile ilipoanza kuwa hata hivi sasa (Kutoka 9:15-18).

Mapigo yakaendelea kuwa makubwa, lakini Farao bado alijiinua dhidi ya Waisraeli kwa kutowapa ruhusa waende zao. Sasa Mungu akaruhusu pigo la saba, pigo la mvua ya mawe.

Mungu alimfanya Farao ajue kupitia kwa Musa kwamba kungekuwa na mvua nzito ya mawe ambayo haijawahi kuonekana kule Misri tangu siku ilipoanzishwa. Na Mungu akatoa nafasi ili watu na wanyama waliokuwa makondeni waweze kujificha majumbani. Aliwaonya kimbele kwamba watu wowote au wanyama watakaokaa nje, wangekufa kwa sababu ya mvua ya mawe.

Watumishi wengine wa Farao wakaogopa neno la BWANA na wakawafanya watumishi wao na wanyama wao wakimbie na kujificha majumbani. Lakini wengine wengi bado hawakuogopa neno la Mungu na hawakujali.

Na yeye asiyelitia moyoni neno la BWANA akawaacha watumishi wake na wanyama wake mashambani (Kutoka 9:21).

Siku iliyofuata, Musa akaunyosha mkono wake kuelekea mbinguni; na BWAMA akaleta ngurumo na mvua ya mawe. Na moto ukashuka juu ya nchi. Kwa hakika ni lazima iliangamiza wanadamu, wanyama, miti na mboga makondeni. Lilikuwa pigo kubwa lililoje!

Lakini Kutoka 9:31-32 inasema, "Kitani na shayiri zilipigwa;

maana shayiri zilikuwa na masuke na kitani zilikuwa katika kutoa maua. Lakini ngano na kusemethu hazikupigwa; maana, zilikuwa hazijakua bado." Kwa hivyo uharibifu ulikuwa sehemu sehemu.

Sehemu zote za nchi ya Misri zilipata uharibifu mkubwa kwa sababu mvua ya mawe na moto, lakini kule nchi ya Gosheni hakukufanyika kitu kama hicho.

Maana ya Kiroho ya Pigo la Mvua ya Mawe

Kawaida, mvua ya mawe hunyesha bila taarifa. Kawaida hainyeshi katika eneo kubwa bali katika maeneo madogo.

Kwa hivyo, pigo la mvua ya mawe inaashiria mambo makubwa yanayotendeka katika sehemu moja, lakini sio katika vipengele vyote.

Kulikuwa na mvua ya mawe na moto wa kuua wanadamu na wanyama. Mboga za makondeni ziliharibiwa, na hakukuwa na chakula. Hiki ni kisa cha kuwa na uharibifu mkubwa kwa mali za mtu kwa sababu ya ajali zisizotarajiwa.

Mtu anaweza kukabiliwa na hasara kubwa kwa sababu ya moto katika mahali yake ya kazi au biashara. Watu wa jamaa ya mtu wanaweza kuwa na ugonjwa au wapate ajali na inaweza kugharimu mali yao nyingi kuwauguza.

Kwa mfano, mwangalie mtu aliyekuwa mwaminifu kwa Bwana, lakini akaanza kumakinikia biashara zake sana hata akaanza kukosa ibada za Jumapili mara kadha. Baadaye anaishia kutoshika Siku ya Bwana kabisa.

Kwa sababu hii, Mungu hawezi kumlinda, na anakabiliwa na tatizo kubwa katika biashara yake. Pia anaweza kupata ajali asiyoitarajia au ugonjwa, na ukamgharimu pesa nyingi. Kisa cha aina hii ni kama pigo la mvua ya mawe.

Watu wengi huchukulia mali yao kuwa na thamani kama maisha yao. Katika 1 Timotheo 6:10 inasemekana kwamba kupenda pesa ndio shina la uovu wote. Ni kwa sababu kupenda pesa huleta uuaji, unyang'anyi, utekaji nyara, ugaidi, na uhalifu mwingine mwingi. Wakati mwingine, uhusiano kati ya ndugu hukatika, na majirani wakakosana kwa sababu ya pesa. Sababu kubwa ya migongano kati ya nchi pia ni manufaa ya vitu, kwa kuwa wanatafuta ardhi na rasilimali.

Hata waamini wengine hawawezi kushinda majaribu ya pesa, kwa hivyo hawaiweki Siku ya Bwana takatifu, au hawatoi zaka halisi. Kwa kuwa hawaishi maisha halisi ya Ukristo, wanaendelea kuwa mbali ya wokovu zaidi.

Kama tu mvua ya mawe inavyoharibu chakula kingi, pigo la mvua ya mawe linaashiria uharibifu mkubwa wa mali za watu ambazo zinachukuliwa kuwa na thamani kama maisha yao. Lakini kwa kuwa mvua ya mawe hunyesha sehemu ndogo, hawatapoteza mali zao zote.

Kupitia kwa ukweli huu, tunaweza kuhisi upendo wa Mungu pia. Tukipoteza mali zetu zote kabisa, kila kitu tulicho nacho, basi tunaweza kuvunjika moyo na hata kujiua. Hiyo ndiyo sababu Mungu hugusa sehemu fulani kwanza.

Hata ingawa ni sehemu tu, ukuu wake una nguvu na umuhimu wa kutosha kutufanya hatimaye tujitambue. Hasa mvua ya mawe iliyoanguka Misri haikuwa madonge madogo ya barafu. Yalikuwa makubwa sana, na kuanguka kwake pia kulikuwa kwa kasi.

Hata leo taarifa za habari kwamba mvua ya mawe makubwa kama mpira wa gofu huwashitua na kuwashangaza watu wengi. Mvua ya mawe iliyoanguka juu ya Misri ilinyesha kwa kazi maalum ya Mungu, na pia ilinyesha na moto. Lilikuwa tukio la kuogofya sana.

Pigo la mvua ya mawe liliwajia kwa sababu Farao alilimbikiza uovu juu ya uovu. Tukifanya mioyo yetu kuwa migumu na mikaidi, pia tunaweza kukabiliwa na aina hiyo hiyo ya pigo.

Pigo la Nzige

Miti na mboga viliharibiwa, wanyama na hata watu walikufa kwa sababu ya mvua ya mawe. Hatimaye Farao alikiri kosa lake.

Farao akatuma watu, na kuwaita Musa na Haruni, na kuwaambia, "Mimi nimekosa wakati huu; BWANA ni mwenye haki, na mimi na watu wangu tu waovu" (Kutoka 9:27).

Farao alitubu upesi upesi na kumwomba Musa aikomeshe hiyo mvua ya mawe.

Mwombeni BWANA; kwa kuwa zimekuwa za kutosha ngurumo hizo kuu na hii mvua ya mawe; nami nitawapa ninyi ruhusa mwende zenu, msikae zaidi (Kutoka 9:28).

Musa alijua kwamba Farao alikuwa bado hajageuza nia yake, lakini ili amfanye aelewe juu ya Mungu aliye hai na kwamba ulimwengu wote ulikuwa mikononi mwake, akainua mikono yake juu mbinguni.

Kama Musa alivyotarajia, punde tu mvua, ngurumo, na madonge ya barafu yalipokoma, Farao akageuza nia yake. Kwa kuwa hakugeuka kutoka kilindi cha moyo wake, aliufanya moyo wake ukawa mgumu tena na hakuwaacha Waisraeli waende zao.

Watumishi wa Farao pia waliifanya mioyo yao kuwa migumu. Kisha Musa na Haruni waliwaambia kwamba kungekuwa na pigo la nzige kama alivyosema Mungu, na akawaaonya kwamba lingekuwa moja wapo ya mapigo makuu ambayo hayajawahi kuwako ulimwenguni.

Nao wataufunika uso wa nchi, mtu asipate kuona hiyo nchi (Kutoka 10:5).

Ni wakati huo peke yake ambapo watumishi wa Farao walikuwa na hofu na wakamwambia mfalme, " Wape hawa watu ruhusa waende zao, wamtumikie BWANA, Mungu wao. Hujatambua bado ya kuwa Misri imekwisha haribika?" (Kutoka 10:7)

Kwa neno la watumishi, Farao akamwita Musa na Haruni

tena. Lakini Musa akasema kwamba wangeenda na vijana na wazee wao; na wana wao na binti zao, na kondoo na ng'ombe zao, kwa kuwa ni lazima wakafanye sherehe kwa BWANA. Farao akasema kwamba Musa na Haruni walikuwa waovu na akawafukuza tu.

Hatimaye, Mungu akaruhusu pigo la nane, pigo la nzige.

BWANA akamwambia Musa, "Nyosha mkono wako juu ya nchi ya Misri kwa hao nzige, ili wakwee juu ya nchi ya Misri, waile mimea yote ya nchi, yaani, vyote vilivyosazwa na ile mvua ya mawe"(Kutoka 10:12).

Musa alipofanya yale aliyoambiwa na Mungu, Mungu akaleta upepo kutoka mashariki juu ya nchi, mchana kutwa, na usiku kucha; kulipopambazuka ule upepo wa mashariki ukawaleta nzige.

Nzige walikuwa wengi sana hata nchi ikawa giza. Wakala mimea yote ya Misri iliyosazwa na mvua ya mawe, na hakukuwa na chochote cha kijani kibichi katika nchi ya Misri.

Nimemfanyia dhambi \BWANA, Mungu wenu na ninyi pia. Basi sasa, nawasihi, nisameheni dhambi yangu mara hii moja tu, mkamwombe BWANA, Mungu wenu, aniondolee kifo hiki tu (Kutoka 10:16-17).

Wasiwasi wake ulipotambuliwa, Farao alimwita Musa na Haruni upesi upesi ili awaombe wakomeshe hilo pigo.

Musa alipotoka nje na kumwomba Mungu, kulitokea upepo mkali kutoka magharibi na kuwatupa nzige wote katika Bahari ya Shamu. Na hakukuwa na nzige hata mmoja katika sehemu zote za nchi ya Misri. Lakini hata wakati huu, Farao aliufanya moyo wake kuwa mgumu na hakuwaruhusu Waisraeli waende zao.

Maana ya Kiroho ya Pigo la Nzige

Nzige mmoja ni mdudu tu mdogo, lakini wakiwa katika kundi kubwa ni haribifu sana. Kwa muda mchache sana, Misri ilikuwa imeharibiwa na nzige karibu yote.

Na hao nzige wakakwea juu ya nchi yote ya Misri, wakatua ndani ya mipaka yote ya Misri, walikuwa wabaya mno. Hawajakuwapo nzige kama hao majira yo yote, wala baada yao hawatakuwa wengine jinsi hiyo. Kwa kuwa waliufunika uso wote wa nchi, hata nchi iliingia giza; wakala mimea yote ya nchi, na matunda yote ya miti yaliyosazwa na ile mvua ya mawe. Hapakusalia hata jani moja, mti wala mmea wa mashamba, katika nchi yote ya Misri (Kutoka 10:14-15).

Hata leo, tunaweza kupata aina hii ya kundi kule Afrika au India. Nzige husambaa hadi upana wa 40km na kina cha 8km. Mamilioni mamia yao huenda kama wingu na kula si mimea ya shambani peke yake, bali mimea yote na majani; hawasazo mimea yoyote ya kijani kibichi.

Baada ya pigo la mvua ya mawe, bado kulikuwa na mambo mengine yaliyo baki. Lakini ngano na kusemethu hazikupigwa; maana, zilikuwa hazijakua bado. Pia watumishi wengine wa Farao walioogopa neno la BWANA waliwafanya watumishi wao na wanyama wao wakimbie na kujificha majumban na hawakuangamizwa.

Nzige wanaweza kuwa hawaonekani kuwa kitu kikubwa sana, lakini uharibifu wao ulikuwa mkubwa sana kuliko ule wa pigo la mvua ya mawe. Walikula hata vitu vilivyokuwa vimebaki.

Kwa hivyo, pigo la nzige linarejelea aina ya mabaa ambayo hayasazi chochote, huchukua utajiri wote na mali zote za mtu. Haliharibu tu jamaa peke yake lakini pia mahali pa kazi na biashara.

Tofauti na pigo la mvua ya mawe linalotupatia uharibifu sehemu, pigo la nzige huharibu kila kitu na huchukua pesa zote. Kwa maneno mengine, mtu ataangamizwa kabisa kifedha.

Kwa mfano, kwa sababu ya kufilisika, mtu hupoteza mali zake zote na analazimika kutengwa na watu wa jamaa yake. Mtu pia anaweza kuugua ugonjwa wa kudumu na kupoteza mali zake zote. Mtu mwingine anaweza kuwa na kiasi kikubwa cha deni kwa sababu watoto wake wanafanya makosa.

Wanapokabiliwa na mabaa ya kuendelea, watu wengine hufikiri kwamba yanaweza kuwa aina fulani ya sadifa, lakini hakuna sadifa machoni pa Mungu. Wakati mtu anapokabiliwa na uharibifu au kushikwa na ugonjwa, ni lazima kuwe na sababu.

Wakati waamini wanapokabiliwa na aina za mabaa kama

haya maanake ni nini? Wanaposikia neno la Mungu na wajue mapenzi ya Mungu, ni lazima washike neno. Lakini wakiendelea kufanya uovu kama tu wasioamini, hawawezi kujiepusha na mapigo.

Wakiwa hawawezi kutambua wakati Mungu anapowaonyesha ishara fulani mara kadha, Mungu atageuza uso wake kutoka kwao. Kisha, ugonjwa unaweza kukua na kuwa tauni, au majipu yanaweza kupasuka. Baadaye, watakabiliwa na mapigo kama mapigo ya mvua ya mawe na nzige.

Lakini wenye hekima watafahamu kwamba ni upendo wa Mungu unaowaruhusu kutambua makosa yao wakati wanapokabiliwa na mapigo madogo. Watatubu haraka na kujiepusha na mapigo makubwa zaidi.

Kuna hadithi ya maisha ya kweli. Mtu mmoja alipatwa na ugumu mkubwa kwa kuwa wakati mmoja alikuwa amemkasirisha Mungu. Siku moja, kwa sababu ya moto, alipatwa na deni kubwa sana. Mke wake hakuweza kuvumilia shinikizo kutoka kwa wanaodai na akajaribu kujiua. Hata hivyo baada ya muda, wakamjua Mungu na wakaanza kwenda kanisani.

Baada ya kupata ushauri kutoka kwangu, wakatii neno la Mungu pamoja na kuomba. Wakampendeza Mungu kwa kufanya kazi za kujitolea kanisani. Kisha, matatizo yao yalitatuliwa moja baada ya lingine, na hawakuwa na lazima ya kuteseka tena kwa sababu ya wanaodai. Zaidi ya hayo, walilipa madeni yao yote. Waliweza hata kujenga jengo la biashara na kununua nyumba.

Baada ya yote ugumu wao ulitatuliwa na wakapokea baraka, hata hivyo, waligeuza mioyo yao. Waliacha neema ya Mungu na wakawa kama tu wasioamini tena.

Siku moja, sehemu ya hilo jengo alilomilki huyo mumewe liliporomoka kwa sababu ya mafuriko. Kulikuwa na moto tena, na akapoteza kila kitu kifedha. Baada ya kuingia katika deni kubwa tena, walilazimika kurudi mjini kwao kule mashambani. Lakini pia alikuwa na kisukari pamoja na matatizo yanayofuatana nao.

Kama katika kisa hiki, tunapoachwa bila kitu baada ya kujaribu mbinu zote na ujuzi wetu na hekima yetu, ni lazima twende mbele za Mungu na moyo mnyenyekevu. Tunapojiangalia juu ya neno la Mungu, tutubu dhambi zetu, na kugeuka, vitu vya zamani vitarejeshwa.

Tukiwa na imani ya kwenda mbele za Mungu na kuweka kila jambo mikononi mwa Mungu, Mungu wa upendo asiyevunja mwanzi uliokwaruzwa atatusamehe na kuturejesha. Tukigeuka na kuishi katika nuru, Mungu atatuelekeza katika ufanisi tena na atupatie baraka kuu zaidi.

Sura ya 6

Pigo la Giza na Kifo cha Wazaliwa wa Kwanza

Kutoka 10:22-12:36

Basi Musa akaunyosha mkono wake kuelekea mbinguni; kukawa na giza nene katika nchi yote ya Misri muda wa siku tatu. Hawakupata kuonana mtu na mwenziwe, wala hakuondoka mtu mahali alipokuwa muda wa siku tatu; lakini wana wa Israeli wote walikuwa na mwanga makaoni mwao (10:22-23).

Hata ikawa, usiku wa manane BWANA akawapiga wazaliwa wa kwanza wote katika nchi ya Misri, tangu mzaliwa wa kwanza wa Farao aliyeketi katika kiti chake cha enzi, hata mzaliwa wa kwanza wa mtu aliyefungwa katika nyumba ya wafungwa; na wazaliwa wa kwanza wote wa wanyama. Farao akaondoka usiku, yeye na watumishi wake wote, na Wamisri wote; pakawa na kilio kikuu katika Misri; maana hapakuwa na nyumba hata moja asimokufa mtu (12:29-30).

Katika Biblia tunapata kwamba watu wengi walipokabiliwa na mambo magumu walitubu mbele za Mungu na wakapokea msaada wake.

Mungu alimtuma nabii wake kwa Mfalme Hezekia wa Ufalme wa Yuda na akasema, "Utakufa na wala hutaishi." Lakini mfalme akaomba kwa nguvu pamoja na kulia, na maisha yake yakaongezwa.

Ninawi ulikuwa mji mkuu wa Ashuru, ambayo ilikuwa nchi adui kwa Israeli. Watu wa kule waliposikia neno la Mungu kupitia nabii wake, wakatubu dhambi zao kisawasawa na hawakuangamizwa.

Vivyo hivyo, Mungu huwapa rehema zake wale wanaogeuka. Anawatafuta wale wanaotafuta neema yake na kuwapa neema zaidi.

Farao alipata mapigo mbalimbali kwa sababu ya uovu wake, lakini hakugeuka mpaka mwisho. Jinsi alivyozidi kuufanya moyo wake uwe mgumu, ndivyo mapigo yalivyokuwa makubwa zaidi.

Pigo la Giza

Watu wengine husema kwamba wakishindwa hawataishi kamwe. Waamini nguvu zao wenyewe. Farao alikuwa mtu wa namna hiyo. Alijiona mwenyewe kuwa mungu, na ndiyo sababu hakutaka kumkiri Mungu.

Hata baada ya kuona nchi yote ya Misri ilikuwa imeharibika,

hakuwaruhusu Waisraeli waende zao. Alifanya mambo kama ambaye alikuwa anashindana na Mungu. Kisha Mungu akaruhusu pigo la giza.

Basi Musa akaunyosha mkono wake kuelekea mbinguni; kukawa na giza nene katika nchi yote ya Misri muda wa siku tatu. Hawakupata kuonana mtu na mwenziwe, wala hakuondoka mtu mahali alipokuwa muda wa siku tatu; lakini wana wa Israeli wote walikuwa na mwanga makaoni mwao (Kutoka 10:22-23).

Giza lilikuwa nene sana hata watu hawakuweza kuonana. Kwa siku tatu hakuna mtu aliyeondoka mahali alipokuwa na kutembea. Tunawezaje kueleza kiasi kamili cha hofu na kuteseka walikolazimika kukabiliana nakokwa siku tatu.

Giza nene lilifunika sehemu zote za nchi ya Misri na watu walilazimika kutembea katika upofu, lakini katika nchi ya Gosheni wana wa Israeli walikuwa na nuru makaoni kwao.

Farao akamwagizia Musa na akasema angewaachilia Waisraeli. Lakini akamwambia Musa aache kondoo na ng'ombe na awachukue wana na mabinti peke yao. Kwa kweli nia yake ilikuwa kuendelea kuwa na Waisraeli.

Lakini Musa akasema ni lazima waende na wanyama ili wamtolee Mungu, na hawangeweza kuacha hata mmoja kwa sababu hawakujua ni mnyama yupi wangemtoa sadaka kwa

Mungu.

Farao akakasirika tena na hata akamtisha Musa akasema, "Usiuone uso wangu tena, kwani siku utakaouona uso wangu utakufa!"

Musa akamjibu kwa ujasiri, "Unasema kweli; sitauona uso wako tena!" na akatoka nje.

Maana ya Kiroho ya Pigo la Giza

Maana ya kiroho ya pigo la giza ni giza la kiroho, na linarejelea pigo kabla ya kifo.

Ni kisa ambamo ugonjwa umekuwa mzito zaidi hivi kwamba huyo mtu hawezi kupona. Ni aina ya pigo linalokuja juu ya wale wasiotubu hata baada ya kupoteza mali zao zote ambazo ni kama maisha yao.

Kusimama katika mlango wa kifo ni kama kusimama ukingoni mwa genge katika giza totoro bila kuwa na njia yoyote ya kutoka katika mashaka hayo. Kiroho, kwa sababu mtu amemwacha Mungu kuacha imani yake kabisa, neema ya Mungu inaondolewa kwake, na maisha yake ya kiroho yanafika mwisho. Lakini, Mungu ana huruma zake bado juu yake na hajachukua maisha yake.

Katika kisa cha asiyeamini, mtu anaweza kukabiliwa na hali aina hii kwa sababu hajamkubali Mungu bado, hata baada ya kupatwa na mabaa ya aina nyingi. Katika kisa cha waamini, ni kwa sababu hawakushika neno la Mungu, bali walilimbikiza uovu juu ya uovu.

Mara nyingi tunapata watu wengine wametumia mali zao zote juu ya uponyaji wa magonjwa yao lakini bado wanangojea kifo. Hawa ndio wanaopigwa na pigo la giza.

Pia huwa na matatizo ya fadhaa kama mfadhaiko, kukosa usingizi, na kukwama kwa neva. Wanahisi matatizo yasiyoweza kusaidika katika maisha yao ya kila siku.

Wakitambua, wakitubu, na kuacha uovu wao, Mungu ana huruma juu yao na huwaondolea uchungu mharibifu.

Lakini katika kisa cha Farao, alizidi kuufanya moyo wake uwe mgumu, akampinga Mungu hadi mwisho. Hata leo ni vivyo hivyo. Watu wengine wakaidi waji mbele za Mungu hata wawe na aina gani ya ugumu. Wao au watu wa jamaa yao wanaposhikwa na ugonjwa mbaya, wakapoteza mali zao zote, na sasa maisha yao yamo hatarini, hawataki kutubu mbele za Mungu.

Tukiendelea kumpinga Mungu hata katikati ya mabaa mengi, mwishowe, pigo la kifo litatumwa.

Pigo la Kifo cha Wazaliwa wa Kwanza

Mungu alimjulisha Musa yale yatakayofuata kufanyika katika

Kutoka.

Liko pigo moja bado, nitakaloleta juu ya Farao na juu ya Misri; baadaye atawapa ninyi ruhusa mtoke huku. Hapo atakapowapa ruhusa, atawafukuza mtoke huku kabisa kabisa. Basi nena wewe masikioni mwa watu hawa, na kila mtu mume na atake kwa jirani yake, na kila mwanamke atake kwa jirani yake, vyombo vya fedha, na vyombo vya dhahabu (Kutoka 11:1-2).

Musa alikuwa katika hali ambapo angeweza hata kuuawa kama angeenda mbele za Farao tena, lakini akasimama mbele za Farao kupeleka mapenzi ya Mungu.

Wazaliwa wa kwanza wote katika nchi ya Misri watakufa, tangu mzaliwa wa kwanza wa Farao aliyeketi katika kiti chake cha enzi, hata mzaliwa wa kwanza wa huyo kijakazi aliye pale nyuma ya jiwe la kusagia; na wazaliwa wa kwanza wote wa wanyama. Ndipo kutakuwa na kilio kikuu katika nchi yote ya Misri, ambacho mfano wake haujakuwa bado majira yo yote, wala hautakuwako mfano wake tena kabisa (Kutoka 11:5-6).

Kisha kama ilivyosemwa, usiku, wazaliwa wote wa kwanza si wa Farao peke yake na watumishi wake bali wa kila mtu katika Misri; na wa wanyama wote walikufa.

Pakawa na kilio kikuu katika Misri; maana hapakuwa na nyumba hata moja asimokufa mtu. Kwa sababu Farao aliufanya moyo wake ukawa mgumu ha mwisho na hakugeuka, pigo la kifo lilikuja pia juu yao.

Maana ya Kiroho ya Pigo la Kifo cha Wazaliwa wa Kwanza

Pigo la kifo cha wazaliwa wa kwanza linarejelea mtu mkaidi ambapo mtu mwenyewe, mtu anayempenda zaidi, yamkini mtoto wake, au kati ya watu wa jamaa yake, hufa, au huingia katika njia ya kuangamizwa kabisa bila kuwa na uwezekano wa kupokea wokovu.

Tunaweza kupata kisa cha aina hii hata katika Biblia. Mfalme wa kwanza wa Israeli alikosa kulitii neno la Mungu aliyemwambia aangamize kila kitu kule nchi ya Waamaleki. Pia, alionyesha kiburi chake kwa yeye mwenyewe kumtolea Mungu sadaka, ambayo makuhani peke yao ndio waliopaswa kufanya hivyo. Hatimaye, Mungu alimwacha.

Katika hali kama hii, badala ya kutambua dhambi zake na kutubu, alijaribu kumwua mtumishi wake mwaminifu Daudi. Watu walipomfuata Daudi, akaanguka ndani kabisa ya uovu wa kudhani kwamba Daudi angemuasi.

Basi, hata wakati Daudi alipokuwa anamchezea kinubi, Sauli

alirusha mkuki ili amwue Daudi. Pia alimtuma Daudi katika vita ambavyo hangeweza kushinda. Pia aliwatuma askari wake waende nyumbani kwa Daudi wakamwue.

Zaidi ya hayo, aliwaua makuhani wa Mungu kwa sababu tu walimsaidia Daudi. Alijilimbikizia matendo mengi maovu. Mwishowe, akashindwa vitani na akafa kifo kibaya. Alijiua kwa mkono wake mwenyewe.

Na kuhani Eli na wanawe je? Eli alikuwa kuhani kule Israeli wakati wa waamuzi, na alipaswa kuonyesha mfano mzuri. Lakini wanawe Hofni na Finehasi walikuwa watu wasiofaa kitu wasiomjua Mungu (1 Samweli 2:12).

Kwa kuwa baba yao alikuwa kuhani, wao pia walilazimika kufanya kazi ya kumtumikia Mungu, lakini walidhihaki sadaka ya Mungu. Waligusa nyama ya sadaka kabla haijatolewa kwa Mungu, na pia wakalala na wanawake waliotumika katika lango la hema la kukutania.

Watoto wakienda katika njia mbaya, wazazi ni lazima wawaonye, na kama hawasikii, wazazi ni lazima watumie hatua kali zaidi za kuwakomesha watoto wao. Ni wajibu wa wazazi na upendo wao wa kweli. Lakini kuhani Eli alisema tu peke yake, "Kwa nini mnafanya mambo hayo? La."

Wanawe hawakuacha dhambi zao, na laana zikaangukia jamaa yake. Wanawe wawili waliuawa vitani.

Aliposikia habari hizi, Eli alianguka kutoka kitini na

akavunjika shingo akafa. Pia, mkaza mwanawe alipata mshtuko alipozaa kabla ya wakati wake na hatimaye akafa.

Kwa kuona visa hivi tu, tunaweza kuelewa kwamba laana au vifo vibaya haviji tu bila sababu.

Mtu anapoishi maisha ya kutolitii neno la Mungu, yeye au watu wa jamaa yake hukabiliwa na kifo. Watu wengine humrudia Mungu tu baada ya kuona vifo aina hiyo.

Kama hawatageuka hata baada ya kukabiliwa na pigo la kifo cha mzaliwa wa kwanza, hawawezi kuokolewa milele, na hilo ndilo pigo kubwa zaidi. Kwa hivyo, kabla pigo lolote kuja, na kama mapigo yamekuja tayari, ni lazima utubu dhambi zako kabla kuchelewa.

Katika kisa cha Farao, baada tu ya kupata mapigo yote kumi ndipo alipomkiri Mungu kwa hofu na akawaruhusu Waisraeli waende zao.

[Farao] akawaita Musa na Haruni usiku, akasema, Ondokeni tokeni katika watu wangu, ninyi na wana wa Israeli; enendeni, kamtumikieni BWANA kama mlivyosema. Twaeni kondoo zenu na ng'ombe zenu kama mlivyosema, enendeni zenu, mkanibariki mimi pia" (Kutoka 12:31-32).

Kupitia kwa Mapigo Kumi, Farao alionyesha waziwazi moyo

wake mgumu na akalazimika kuwaachilia Waisraeli. Lakini punde si punde akajuta. Akageuza nia yake tena. Alitwaa jeshi lake lote na magari ya farasi ya Misri na akawafuata Waisraeli.

Akaandalia gari lake, akawachukua watu wake pamoja naye; tena akatwaa magari mia sita yaliyochaguliwa, na magari yote ya Wamisri, na maakida juu ya magari hayo yote. Na BWANA akaufanya moyo wake Farao mfalme wa Misri kuwa mgumu, naye akawafuata wana wa Israeli; kwa sababu wana wa Israeli walitoka kwa ujeuri (Kutoka 14:6-8).

Lilikuwa jambo zuri kumtii Mungu baada ya kuona vifo vya wazaliwa wa kwanza, lakini punde tu baadaye akajuta kuwaachilia Waisraeli. Akachukua jeshi lake akawafuata. Kwa kuona haya, tunaweza kutambua jinsi moyo wa mtu unavyowezakuwa mgumu na mjanja. Mwishowe, Mungu hakumsamehe na hakuwa na chaguo lingine ila kuwaacha wafe katika maji ya Bahari ya Shamu.

BWANA akamwambia Musa, "Nyosha mkono wako juu ya bahari, ili maji yarudi tena juu ya Wamisri, juu ya magari yao, na juu ya farasi zao." Musa akaunyosha mkono wake juu ya bahari, na kulipopambazuka, bahari ikarudi kwa nguvu zake; Wamisri wakakimbia mbele yake; na BWANA akawakukutia mbali hao Wamisri kati ya bahari. Yale maji yakarudi yakafunikiza magari na wapanda farasi, hata jeshi lote la Farao lililoingia katika bahari nyuma yao; hakusalia hata mtu mmoja (Kutoka 14:26-28).

Hata leo, watu waovu wataomba nafasi wakati wanapokuwa katika hali ngumu. Lakini wanapopewa nafasi kweli, wanarudia uovu wao tena. Uovu unapoendelea namna hiyo, mwishowe watakabiliwa na kifo.

Maisha ya Kutotii na Maisha ya Kutii

Kuna jambo moja muhimu ambalo ni lazima tuelewe waziwazi; ni kwamba tunapofanya makosa na kuyatambua, ni lazima tusiongeze uovu na uovu mwingine, bali tuenende katika njia ya uadilifu.

1 Petro 5:8-9 inasema, "Mwe na kiasi na kukesha. Kwa kuwa mshitaki wenu Ibilisi, kama simba angurumaye, huzunguka-zunguka, akitafuta mtu ammeze. Nanyi mpingeni huyo, mkiwa thabiti katika imani, mkijua ya kuwa mateso yale yale yanatimizwa kwa ndugu zenu walioko duniani."

1 Yohana 5:18 pia inasema, "Twajua ya kuwa kila mtu aliyezaliwa na Mungu hatendi dhambi; bali yeye aliyezaliwa na Mungu hujilinda, wala yule mwovu hamgusi."

Kwa hivyo, tukiwa hatutendi dhambi bali tuishi katika neno la Mungu kikamilifu, Mungu atatulinda na macho yake maangavu, ili tusiwe na wasiwasi na chochote.

Karibu nasi, tunaweza kuona watu wakikabiliwa na mabaa aina nyingi, lakini hata hawaelewi ni kwa nini wanakabiliwa na mambo mengi magumu. Pia, tunaweza kuona waamini wengine wakipata taabu nyingi.

Wengine hukabiliwa na mapigo ya damu au chawa, na wengine mapigo ya mvua ya mawe au nzige. Pia wengine hukabiliwa na pigo la kifo cha wazaliwa wa kwanza, na zaidi ya hayo, wanakabiliwa na pigo la kuzikwa na maji.

Kwa hivyo, hatupaswi kuishi maisha ya kutotii kama Farao bali maisha ya utiifu, ili tusikabiliwe na pigo lolote kati ya haya.

Hata kama tuko katika hali ambapo hatuwezi kujiepusha na kukabiliwa na hilo pigo la kifo cha wazaliwa wa kwanza au pigo la giza, tunaweza kusamehewa tukitubu na kuacha dhambi ile mara moja. Kama tu vile jeshi la Misri lilivyozikwa katika Bahari ya Shamu, tukizidi kukawia na tusigeuke, kutakuja wakati ambapo tutakuwa tumechelewa sana.

Kuhusu
Maisha ya Kutii

Itakuwa utakaposikia sauti ya BWANA, Mungu wako, kwa bidii, kutunza kuyafanya maagizo yake yote nikuagizayo leo, ndipo BWANA, Mungu wako, atakapokutukuza juu ya mataifa yote ya duniani. Na baraka hizi zote zitakujilia na kukupata usikiapo sauti ya BWANA, Mungu wako. Utabarikiwa mjini, utabarikiwa na mashambani. Utabarikiwa uzao wa tumbo lako, na uzao wa nchi yako, na uzao wa wanyama wako wa mifugo, maongeo ya ng'ombe wako, na wadogo wa kondoo zako. Litabarikiwa kapu lako, na chombo chako cha kukandia unga. Utabarikiwa uingiapo, utabarikiwa na utokapo. (Kumbukumbu la Torati 28:1-6)

Sura ya 7

Pasaka na Njia ya Wokovu

Kutoka 12:1-28

BWANA akanena na Musa na Haruni katika nchi ya Misri, akawaambia, "Mwezi huu utakuwa mwanzo wa miezi kwenu; utakuwa ni mwezi wa kwanza wa mwaka kwenu. Semeni na mkutano wote wa Israeli, mkawaambie, 'Siku ya kumi ya mwezi huu kila mtu atatwaa mwana-kondoo, kwa hesabu ya nyumba ya baba zao, mwana-kondoo kwa watu wa nyumba moja'" (1-3).

"Nanyi mtamweka hata siku ya kumi na nne ya mwezi ule ule; na kusanyiko lote la mkutano wa Israeli watamchinja jioni. Nao watatwaa baadhi ya damu yake na kuitia katika miimo miwili na katika kizingiti cha juu, katika zile nyumba watakazomla. Watakula nyama yake usiku ule ule, imeokwa motoni, pamoja na mkate usiotiwa chachu; tena pamoja na mboga zenye uchungu. Msiile mbichi, wala ya kutokoswa majini, bali imeokwa motoni; kichwa chake pamoja na miguu yake, na nyama zake za ndani. Wala msisaze kitu chake cho chote hata asubuhi, bali kitu kitakachosalia hata asubuhi mtakichoma kwa moto. Tena mtamla hivi; mtakuwa mmefungwa viuno vyenu, mmevaa viatu vyenu miguuni, na fimbo zenu mikononi mwenu; nanyi mtamla kwa haraka; ni pasaka ya BWANA" (6-11).

Kufikia hapa, tunaweza kuona kwamba Farao na watumishi wake waliendelea kuishi maisha katika kutotii neno la Mungu.

Matokeo yake ni kwamba, kulikuwa na mapigo madogo madogo katika sehemu zote za nchi ya Misri. Walipoendelea kukosa kutii, magonjwa mengi yaliletwa, mali zao zikapotea, na mwishowe wakapoteza maisha yao.

Kinyume na hayo, hata ingawa walikuwa wameishi katika nchi ileile ya Msiri, wateule wa Mungu Waisraeli hawakupatwa na pigo lolote kati ya haya.

Mungu alipoyapiga maisha kule Misri na pigo la mwisho, Waisraeli hawakupoteza mtu yeyote. Hii ni kwa sababu Mungu alikuwa amewajulisha Waisraeli njia ya wokovu.

Hii haifanyi kazi tu kwa wana wa Israeli wa maelfu ya miaka iliyopita, bali bado inafanya kazi vivyo hivyo hata kwetu sisi leo.

Mbinu ya Kujiepusha na Pigo la Kifo cha Wazaliwa wa Kwanza

Kabla pigo la kifo cha wazaliwa wa kwanza kule Misri, Mungu aliwaambia Waisraeli njia ya kujiepusha na hilo pigo.

Semeni na mkutano wote wa Israeli, mkawaambie, "Siku ya kumi ya mwezi huu kila mtu atatwaa mwana-kondoo, kwa hesabu ya nyumba ya baba zao, mwana-kondoo kwa watu wa nyumba moja'" (12:3).

Kuanzia pigo la damu hadi pigo la giza, hata ingawa Waisraeli wenyewe hawakufanya lolote, Mungu aliwalinda tu na uwezo wake. Lakini kabla ya pigo la mwisho tu, Mungu alitaka matendo ya utiifu kutoka kwa Waisraeli.

Walikuwa wachukue mwanakondoo na wapake damu juu ya miimo miwili na juu ya kizingiti cha nyumba, na wale kondoo huyo humo nyumbani akiwa amechomwa. Hii ilikuwa ishara ya kutofautisha watu wa Mungu wakati Mungu alipoua wazaliwa wa kwanza wote wa wanadamu na wanyama wa Misri.

Kwa sababu pigo la mwisho lilipita nyumba zilizokuwa na damu ya mwanakondoo, Wayahudi bado husherehekea siku hiiya Pasaka, ambayo waliokolewa.

Leo, Pasaka ndiyo siku kuu kubwa zaidi ya Wayahudi. Wao hula mwanakondoo, mikate isiyochachwa na mboga za uchungu kusherehekea siku hiyo. Utondoti zaidi utaelezwa katika sura ya 8.

Chukueni Mwanakondoo

Mungu aliwaambia wachukue mwanakondoo kwa sababu mwanakondoo kiroho anachukua nafasi ya Yesu Kristo.

Kusema kwa jumla. wale wanaomwamini Mungu wanaitwa 'kondoo' wake. Watu wengi wanaona kwamba 'mwanakondoo' ni 'mwamini mpya,' lakini katika Biblia, tunaweza kupata kwamba 'mwanakondoo' inamrejelea Yesu Kristo.

Katika Yohana 1:29, Yohana Mbatizaji alisema, akimuota Yesu, "Tazama, Mwana-kondoo wa Mungu, aichukuaye dhambi ya ulimwengu!" 1 Petro 1:18-19 inasema, "Nanyi mfahamu kwamba mlikombolewa si kwa vitu viharibikavyo, kwa fedha au dhahabu; mpate kutoka katika mwenendo wenu usiofaa mlioupokea kwa baba zenu; bali kwa damu ya thamani, kama ya mwana-kondoo asiye na ila, asiye na waa, yaani, ya Kristo."

Hulka ya Yesu na matendo yake yanatukumbusha juu ya mwanakondoo mpole. Mathayo 12;19-20 pia inasema, "Hatateta wala hatapaza sauti yake; wala mtu hatasikia sauti yake njiani. Mwanzi uliopondeka hatauvunja, wala utambi utokao moshi hatauzima, hata ailetapo hukumu ikashinda."

Kama kondoo anavyosikia sauti ya mchungaji wake peke yake na kumfuata, Yesu peke yake ndiye aliyetii na 'Ndio' na 'Amina' mbele za Mungu (Ufunuo 3:14). Alitaka kutimiza mapenzi ya Mungu, mpaka alipokufa msalabani (Luka 22:42).

Mwanakondoo hutupatia manyoya laini, maziwa na nyama yenye virutubisho vingi. Vivyo hivyo, Yesu pia alitolewa kama sadaka ya ondoleo la dhambi ili atupatanishe sisi na Mungu kwa kumwaga maji na damu yake yote msalabani.

Kwa hivyo, sehemu nyingi za Biblia humfananisha Yesu na mwanakondoo. Mungu alipowaagiza Waisraeli katika maagizo ya Pasaka, pia aliwaambia kwa utondoti jinsi ya kula huyo mwanakondoo.

Na ikiwa watu wa nyumba ni wachache kwa mwana-kondoo, basi yeye na jirani yake aliye karibu na nyumba yake na watwae mwana-kondoo mmoja, kwa kadiri ya hesabu ya watu; kwa kadiri ya ulaji wa kila mtu, ndivyo mtakavyofanya hesabu yenu kwa yule mwana-kondoo. 'Mwana-kondoo wenu atakuwa hana ila, mume wa mwaka mmoja; mtamtwaa katika kondoo au katika mbuzi (Kutoka 12:4-5).

Kama walikuwa maskini sana, au walikuwa wachache katika nyumba kula mwanakondoo mzima, wangechukua mwanakondoo kutoka kwa kondoo au mbuzi, na wangekula huyo mwanakondoo mmoja na nyumba jirani. Tunaweza kuhisi upendo mororo wa Mungu aliyejaa huruma nyingi.

Sababu ya Mungu kuwaambia wachukue mwanakondoo wa mwaka mmoja asiye na kasoro ni kwa sababu nyama yake huwa tamu zaidi wakati huu kwa sababu hajaanza kuwa dume bado. Pia, kama ilivyo kwa wanadamu, ni wakati wa ujana, wakati wa kuwa mzuri na msafi zaidi.

Kwa sababu Mungu ni mtakatifu bila mawaa yoyote au doa, aliwaambia wachukue mwanakondoo wa wakati mzuri zaidi, mwanakondoo mwenye umri wa mwaka mmoja.

Pakeni Damu na Msitoke Nje mpaka Asubuhi

Mungu alisema kwamba walipaswa kuchukua mwanakondoo

kulingana na idadi watu katika nyumba. Katika Kutoka 12:6 tunapata kwamba hawakupaswa kumchinja huyo mwanakondoo mara moja, bali baada ya kumweka kwa siku nne, na kumchinja wakati wa jioni. Mungu aliwapatia kipindi cha wakati wa kumtayarisha na ukweli wote wa mioyo yao.

Kwa nini Mungu alisema ni lazima wamchinje jioni?

Ukuzaji wa wanadamu, ulioanza na kutotii kwa Adamu, kwa jumla unaweza kuwekwa katika sehemu tatu. Kuanzia Adamu hadi Ibrahimu ni kama miaka 2,000, na kipindi hiki cha wakati ndilo daraja la kwanza la ukuzaji wa wanadamu. Ukilinganisha na siku, ni asubuhi.

Baada ya hapo, Mungu alimchagua Ibrahimu kama baba wa imani, na kutoka wakati wa Ibrahimu mpaka Yesu alipokuja hapa duniani, pia ni kama miaka 2,000. Huu ni kama mchana.

Kutoka wakati Yesu alipokuja hapa duniani mpaka leo, pia ni kama miaka 2,000. Huu ni wakati wa mwisho wa ukuzaji wa wanadamu na ni jioni (1 Yohana 2:18; Yuda 1:18; Waebrania 1:2; 1 Petro 1:5, 20).

Wakati Yesu alipokuja hapa duniani na kutukomboa kutoka kwa dhambi zetu, kupitia kifo chake kwa ajili yetu pale msalabani kuko katika kipindi cha mwisho cha ukuzaji wa wanadamu, na hiyo ndiyo sababu Mungu aliwaambia wamchinje huyo mwanakondoo jioni na si mchana.

Kisha wale watu walikuwa wanapaswa kupaka damu ya mwanakondoo juu ya miimo miwili na kizingiti (Kutoka 12:7). Damu ya mwanakondoo kiroho inarejelea damu ya Yesu Kristo. Mungu aliwaambia wapake damu juu ya miimo miwili na kizingiti kwa sababu tunaokolewa kwa damu ya Yesu. Kwa kumwaga damu na kufa msalabani, Yesu alitukomboa kutoka kwa dhambi zetu na kuokoa maisha yetu; hii ndiyo maana ya kiroho inayodokezewa.

Kwa sababu ni damu takatifu inayotukomboa kutoka dhambini, hawakupaswa kupaka damu katika kizingiti cha chini ambapo watu hukanyaga, bali juu ya miimo na kizingiti cha juu.

Yesu alisema, "Mimi ndimi mlango; mtu akiingia kwa mimi, ataokoka; ataingia na kutoka, naye atapata malisho" (Yohana 10:9). Kama ilivyosemwa, usiku ule wa pigo la kifo cha wazaliwa wa kwanza, kila nyumba ambayo haikuwa na hiyo damu, ilikufa mtu, lakini zile nyumba zilizopaka damu ziliokolewa na kifo.

Lakini hata kama wangepaka damu ya mwanakondoo, kama wangetoka nje ya mlango, hawangeokolewa (Kutoka 12:22). Kama wangetoka nje ya mlango, maanake ni kwamba walikuwa hawana uhusiano wowote na agano la Mungu, na ni lazima wangekabiliwa na pigo la kifo cha wazaliwa wa kwanza.

Kiroho, nje ya milango inaashiria giza lisilokuwa na uhusiano wowote na Mungu. Ni ulimwengu wa mambo yasiyokuwa kweli.

Vivyo hivyo, leo, hata kama tumemkubali Bwana, hatuwezi kuokolewa tukimwacha.

Mchomeni Mwanakondoo na Mmle Mwote

Kulikuwa na vifo katika nyumba za Wamisri, na kulikuwa na kilio kikuu. Kuanzia Farao, ambaye hakumcha Mungu kabisa hata baada ya kazi nyingi za uwezo wa Mungu kuonyeshwa kwa Wamisri wote, kilio kikuu kilianza katika utulivu wa usiku uliokua.

Lakini hadi asubuhi, Waisraeli hawakutoka nje ya milango yao kamwe. Walimla mwanakondoo kulingana na neno la Mungu. Kwa nini walipaswa kula nyama ya mwanakondoo usiku wa manane? Hili lina maana ya kiroho ya ndani.

Kabla Adamu kula kutoka kwa mti wa ujuzi wa mema na mabaya, aliishi chini ya udhibiti wa Mungu ambaye ni nuru. Lakini kwa kuwa alikosa kutii na kula kutoka kwa huo mti, alikuwa mtumwa wa dhambi. Kwa sababu hiyo, wazao wake wote, wanadamu wote, waliingia katika utawala wa adui ibilisi na Shetani, mfalme wa Giza. Kwa hivyo, huu ulimwengu ni wa giza au usiku.

Kama vile Waisraeli walilazimika kula mwanakondoo usiku wa manane, sisi ambao tunaishi kiroho katika ulimwengu wa giza ni lazima tule mwili wa Mwana wa Adamu, ambao ni neno la Mungu ambaye ni Nuru, na anywe damu yake, ili tupate wokovu. Mungu aliwaambia kwa utondoti jinsi ya kula huyo mwanakondoo. Walilazimika kumla na mikate isiyochachwa na mboga za uchungu (Kutoka 12:8).

Chachu ni aina ya kuvu inayotumika kuufanya mkate ufure, na huchachusha hicho chakula na kukifanya kiwe kitamu na laini zaidi. Mkate bila chachu si mtamu sana kuliko mkate uliokandwa na chachu.

Kwa kuwa ilikuwa hali mbaya ya kufa na kupona, Mungu aliwaacha wale yule mwanakondoo na mikate isiyochachwa ambayo si tamu sana na mboga za uchungu ili waweze kukumbuka hiyo siku.

Pia chachu inarejelea dhambi na uovu katika maana ya kiroho. Kwa hivyo,'kula mikate isiyochachwa yaani bila chachu' inaashiria kwamba ni lazima tuondoe dhambi na uovu ili tuweze kupokea wokovu wa maisha.

Na Mungu akawaambia wamchome huyo mwanakondoo, wasimle mbichi au wa kuchemshwa kwenye maji, na walipaswa kumla mwote, kichwa, miguu, na nyama za ndani (Kutoka 12:9).

Hapa, 'kula mbichi' maanake ni kufasiri neno la thamani la Mungu sisisi.

Kwa mfano, Mathayo 6:6 inasema, "Bali wewe usalipo, ingia

katika chumba chako cha ndani, na ukiisha kufunga mlango wako, usali mbele za Baba yako aliye sirini; na Baba yako aonaye sirini atakujazi. Tukilifasiri sisisi, ni lazima tuingie katika chumba cha ndani, tufunge mlango, na tuombe. Lakini hakuna popote katika Biblia tunapoweza kumpata mtu wa Mungu yeyote akiomba katika chumba cha ndani huku mlango ukiwa umefungwa.

Kiroho, 'kuingia katika chumba cha ndani na kuomba' maanake ni kwamba ni lazima tusiwe na mawazo yoyote yasiyo maana, bali tuombe na mioyo yetu yote.

Katika lishe yetu, tunapokula nyama mbichi, tunaweza kupata maambukizi kutoka kwa vimelea au tunaweza kuumwa na tumbo. Tukifasiri neno la Mungu sisisi, tutalielewa vibaya na hivyo vitatuletea matatizo. Kisha, hatuwezi kuwa na imani ya kiroho, hivyo basi kutazidi kutupeleka mbali na wokovu.

'Kuichemsha kwenye maji' maanake ni 'kuongeza falsafa, sayansi, sayansi ya matibabu, au mawazo ya kibinadamu kwa neno la Mungu.' Tukichemsha nyama kwenye maji, mchuzi wa nyama utatoka na virutubishi vingi vitapotea. Vivyo hivyo, tukiongeza ujuzi wa ulimwengu huu kwa neno la kweli, tunaweza kuwa na imani kama ujuzi, lakini hatuwezi kuwa na imani ya kiroho. Kwa hivyo, haiwezi kutufikisha kwenye wokovu.

Sasa, kumchoma mwanakondoo juu ya moto maanake ni nini?

Hapa, 'moto' unasimamia 'moto wa Roho Mtakatifu.' Yaani, neno la Mungu liliandikwa kwa msukumo wa Roho Mtakatifu, na kwa hivyo, tunapolisikia na kulisoma, ni lazima tufanye hivyo katika ujazo na msukumo wa Roho Mtakatifu. Bila hivyo, litakuwa tu kipande cha ujuzi, na hatuwezi kulipata kama mkate wa kiroho.

Ili tuweze kula neno la Mungu lililochomwa juu ya moto, ni lazima tuwe na maombi ya moto. Maombi ni kama mafuta, na ndio chanzo cha kutupatia ujazo wa Roho Mtakatifu. Tunapolichukua neno la Mungu na msukumo wa Roho Mtakatifu, neno litakuwa tamu kuliko asali. Inamaanisha kwamba tunalisikiliza hilo neno na moyo wenye kiu kama ayala atamanivyo maji ya mto. Kwa hivyo, tunahisi kwamba wakati wa kusikiliza neno la Mungu ni wa thamani sana, na hatutahisi kwamba linasinya.

Tunaposikiliza neno la Mungu, tukitumia mawazo ya wanadamu, au uzoefu na ujuzi wetu wenyewe, tunaweza tusielewe mambo mengi.

Kwa mfano, Mungu anatwambia, mtu yeyote akitupiga kofi shavu moja, tumgeuzie lile lingine pia, na mtu yeyote atakayetuomba kanzu, tumpatie hata na shuka, na mtu yeyote akitulazimisha kwenda naye maili moja, twende naye maili mbili. Pia, watu wengi hufikiri ni sawa kulipiza kisasi, lakini Mungu anatwambia tuwapende hata adui zetu, tujinyenyekeze, na kuwatumikia wengine (Mathayo 5:39-44).

Hii ndiyo sababu kwamba ni lazima tukatilie mbali mawazo yetu yote na tuchukue neno la Mungu peke yake katika msukumo wa Roho Mtakatifu. Ni wakati huo peke yake ndipo neno la Mungu litakuwa uzima na nguvu zetu, hivyo basi tutaweza kuacha mambo yasiyokuwa kweli na tutaongozwa kuifikia njia ya uzima wa milele.

Kwa jumla, nyama ikichomwa juu ya moto huwa tamu zaidi, na ni njia ya kuzuia maambukizi. Vivyo hivyo, adui ibilisi na Shetani hawezi kufanya kazi juu ya wale wanaolichukua neno la Mungu kiroho na hisia kwamba liko tamu kuliko asali.

Zaidi ya hayo, Mungu aliwaambia wale kichwa, miguu, na nyama za ndani. Hili maanake ni kwamba ni lazima tuchukue vitabu vyote 66 vya Biblia, bila kuacha hata kimoja chapo.

Biblia ina chanzo cha uumbaji na upaji wa ukuzaji wa wanadamu. Licha ya hayo, ina njia za kuwa watoto wa kweli wa Mungu. Ina upaji wa wokovu ambao ulikuwa umefichwa kabla wakati kuanza. Biblia ina mapenzi ya Mungu.

Kwa hivyo, 'kula kichwa, miguu, na nyama za ndani' maanake ni kwamba ni lazima tuichukue Biblia yote kuanzia Kitabu cha Mwanzo hadi Kitabu cha Ufunuo.

Msisaze Kitu Chochote chake Hata Asubuhi, Mtamla kwa Haraka

Waisraeli walimla mwanakondoo akiwa amechomwa juu ya moto katika nyumba zao, na hawakubakisha kitu chake chochote ha asubuhi, kwani Kutoka 12:10 inasema, "Wala msisaze kitu chake cho chote hata asubuhi, bali kitu kitakachosalia hata asubuhi mtakichoma kwa moto."

'Asubuhi' ni wakati giza linapopotea na nuru kuingia. Kiroho, inarejelea wakati wa kuja kwa Bwana kwa mara ya pili. Baada ya kurudi, hatuwezi kutayarisha mafuta yetu (Mathayo 25:1-13), na kwa hivyo, ni lazima tulichukue neno la Mungu kwa bidii na tulitekeleze kabla Bwana Yesu hajarudi.

Pia, wanadamu wanaweza kuishi kwa miaka 70 au 80 peke yake, na hatujui tutakufa lini. Kwa hivyo, ni lazima tulichukue neno la Mungu kwa bidii wakati wote.

Waisraeli walilazimika kutoka Misri baada ya pigo la kifo cha wazaliwa wa kwanza kufanyika, na hiyo ndiyo sababu Mungu aliwaambia wale kwa haraka.

Tena mtamla hivi; mtakuwa mmefungwa viuno vyenu, mmevaa viatu vyenu miguuni, na fimbo zenu mikononi mwenu; nanyi mtamla kwa haraka; ni pasaka ya BWANA" (Kutoka 12:11).

Hili maanakeni kwamba walilazimika kuwa tayari kuondoka wakiwa wamevaa nguo zao na viatu vyao. Kujifunga viuno na kuvaa viatu maanake ni kuwa tayari kabisa.

Ili tupokee wokovu kupitia kwa Yesu Kristo katika ulimwengu huu, ambao ni kama Misri iliyopigwa na uchungu, na kuingia katika ufalme wa mbinguni, ambao ni kama Nchi ya Ahadi Kanaani, ni lazima pia tuwe macho na tayari siku zote.

Pia Mungu aliwaambia wawe na fimbo zao mikononi mwao, na 'fimbo' kiroho inaashiria 'imani.' Tunapotembea au kupanda mlima, tukiwa na fimbo, itakuwa salama na rahisi zaidi, na hatutaanguka.

Sababu ya Musa kupewa fimbo ni kwa kuwa hakuwa amempokea Roho Mtakatifu moyoni mwake. Mungu alimpa Musa fimbo ambayo kiroho ilisimamia imani. Kwa njia hiyo Waisraeli wangeweza kuona uwezo wa Mungu kupitia kwa fimbo iliyoonekana kwa macho ya kimwili, na kazi ya Kutoka Misri ingeweza kukamilishwa.

Hata leo, kuingia katika ufalme wa milele wa mbinguni, ni lazima tuwe na imani ya kiroho. Tunaweza kuufikia wokovu tu peke yake tunapomwamini Bwana Yesu Kristo aliyekufa msalabani bila dhambi yoyote, na akafufuka. Tunaweza kuufikia wokovu kamili tu peke yake tunapotekeleza neno la Mungu kwa kula nyama ya Bwana na kunywa damu yake.

Licha ya hayo, huu ndio wakati ulio karibu sana na kurudi

kwa Bwana. Kwa hivyo, ni lazima tutii neno la Mungu na tuombe kwa moto ili siku zote tuweze kushinda vita dhidi ya majeshi ya giza.

Kwa sababu hiyo twaeni silaha zote za Mungu, mpate kuweza kushindana siku ya uovu, na mkiisha kuyatimiza yote, kusimama. Basi simameni, hali mmejifunga kweli viunoni, na kuvaa dirii ya haki kifuani, na kufungiwa miguu utayari tupatao kwa Injili ya amani; zaidi ya yote mkiitwaa ngao ya imani, ambayo kwa hiyo mtaweza kuizima mishale yote yenye moto ya yule mwovu. Tena ipokeeni chapeo ya wokovu, na upanga wa Roho ambao ni neno la Mungu (Waefeso 6:13-17).

Sura ya 8

Tohara na Meza ya Bwana

Kutoka 12:43-51

BWANA akawaambia Musa na Haruni, Amri ya pasaka ni hii." (43)

Lakini mtu ye yote asiyetahiriwa asimle. (48)

"Sheria ni hiyo moja kwa mtu aliyezaliwa kwenu, na kwa mgeni akaaye kati yenu ugenini." (49)

Ilikuwa siku ile ile moja, BWANA akawatoa wana wa Israeli katika nchi ya Misri kwa majeshi yao. (51)

Kusherehekea Siku kuu ya Pasaka kumeendelezwa kwa kipindi kirefu sana cha wakati ulimwenguni, kwa zaidi ya miaka 3,500. Ilikuwa msingi wa kuanzisha nchi ya Israeli.

Kiebrania, Pasaka ni פסח (Pesach), na maanake ni kama jina linavyosema, kupita au kusamehe jambo. Inamaanisha kwamba kivuli cha mauti kipita nyumba za Israeli ambazo miimo yake na vizingiti vyake vilikuwa vimefunikwa na damu ya mwanakondoo wakati pigo la kifo cha wazaliwa wa kwanza lilipokuja juu ya Misri.

Kule Israeli, hata leo, wakati wa Pasaka, watu husafisha nyumba na kutoa mikate yote iliyochachwa. Hata watoto wadogo hutafuta hata katika mifungu ya vitanda au nyuma ya samani na tochi kama wataona kumbwe au mikate yoyote iliyo na chachu, waitoe. Pia, kila nyumba hula kulingana na kanuni za Pasaka. Kichwa cha nyumba huleta huwakumbusha watu juu ya Siku kuu ya Pasaka, na kusherehekea Kutoka.

"Kwa nini tunakula Matzo (mkate usiochachwa) leo usiku?"

"Kwa nini tunakula Maror (mboga za uchungu) leo usiku?"

"Kwa nini tunakula kitimiri baada ya kuichovya mara mbili katika maji ya chumvi. Kwa nini tunakula mboga za uchungu na

Harosheth (Jemu nyekundu inayoashiria uchomaji wa matofali kule Misri)?"

"Kwa nini tunalala kichalichali na kula chakula cha Pasaka?"

Kiongozi wa sherehe hueleza kwamba walilazimika kula mikate isiyochachwa kwa kuwa walilazimika kutoka Misri kwa haraka. Pia, anaeleza juu ya kula mboga za uchungu kukumbuka maumivu ya utumwa kule Misri, na kula kitimiri kilichochovywa katika maji ya chumvi ili kukumbuka machozi waliyomwaga kule Misri.

Lakini sasa, kwa kuwa baba zao waliwekwa huru kutoka kwenye utumwa, wanakula chakula wakilala kichalichali kuonyesha uhuru na furaha ya kuweza kulala huku unakula. Na kiongozi anapozungumza juu ya hadithi za mapigo kumi kule Misri, kila mtu katika hiyo jamaa hushikilia divai kidogo vinywani mwao kila wakati jina la pigo linapotajwa, na kisha kuitema katika bakuli lingine.

Pasaka ilifanyika miaka 3,500 iliyopita, lakini kupitia kwa chakula cha Pasaka, hata watoto wakati huu wana nafasi ya kuona Kutoka. Wayahudi bado wanasherehekea sherehe hii ambayo Mungu aliianzisha maelfu ya miaka iliyopita.

Uwezo wa wale wanakaa nchi za nje, yaani uwezo wa wale

Wayahudi waliotawanyika ulimwenguni kote kurudi pamoja na kuanzisha nchi yao tena, uko hapa.

Sifa za wale Wanaohusika katika Pasaka

Usiku ule pigo la kifo cha wazaliwa wa kwanza lilipokuja juu ya Misri, Waisraeli waliokolewa na kifo kwa kutii neno la Mungu. Lakini kushiriki katika Pasaka, walikuwa ni lazima watimize masharti.

BWANA akawaambia Musa na Haruni, "Amri ya pasaka ni hii: mtu mgeni asimle; lakini mtumishi wa mtu awaye yote aliyenunuliwa kwa fedha, ukiisha kumtahiri, ndipo hapo atamla pasaka. Akaaye kwenu hali ya ugeni, na mtumishi aliyeajiriwa, wasimle pasaka. Na aliwe ndani ya nyumba moja; usiichukue nje ya nyumba nyama yake yo yote; wala msivunje mfupa wake uwao wote. Na wafanye jambo hili mkutano wa Israeli wote. Na mgeni atakapoketi pamoja nawe, na kupenda kumfanyia BWANA pasaka, waume wake wote na watahiriwe, ndipo hapo akaribie na kufanya pasaka; naye atakuwa mfano mmoja na mtu aliyezaliwa katika nchi. Lakini mtu ye yote asiyetahiriwa asimle. "Sheria ni hiyo moja kwa mtu aliyezaliwa kwenu, na kwa mgeni akaaye kati yenu ugenini" (Kutoka 12:43-49).

Wale waliotahiriwa peke yao ndio walioweza kula chakula

cha Pasaka, kwani tohara ni jambo muhimu kwa maisha, na kiroho inahusiana na jambo la wokovu.

Tohara ni kukatwa kwa sehemu ya ngozi ya mbele au ngozi ya mbele yote (govi/zunga) kutoka kwa uume na hufanywa siku ya 8 tangu kuzaliwa kwa watoto wote wa kiume wa Israeli.

Mwanzo 17:9-10 inasema, "Mungu akamwambia Ibrahimu: 'Nawe ulishike agano langu, wewe na uzao wako kwa vizazi vyao baada yako. Hili ndilo agano langu utakalolishika, kati ya mimi na wewe, na uzao wako baada yako, Kila mwanamume wa kwenu atatahiriwa."

Mungu alipompatia Ibrahimu, baba wa imani, agano lake la baraka, alimwambia atekeleza tohara kama alama ya hilo agano. Wale ambao hawakutahiriwa hawakuweza kupokea baraka.

Mtatahiriwa nyama ya magovi yenu, na jambo hilo litakuwa ishara ya agano kati ya mimi na ninyi. Mtoto wa siku nane atatahiriwa kwenu, kila mwanamume katika vizazi vyenu, mzaliwa nyumbani, na mnunuliwa kwa fedha, kila mgeni asiyekuwa wa uzao wako. Mzaliwa nyumbani mwako, na mnunuliwa kwa fedha yako, lazima atahiriwe; na agano langu litakuwa katika mwili wenu, kuwa agano la milele. Na mwanamume mwenye govi asiyetahiriwa nyama ya govi lake, mtu yule atatengwa na watu wake; amelivunja agano langu

(Mwanzo 17:11-14).

Basi, kwa nini Mungu aliwaamuru watahiriwe siku ya nane? Mtoto anapozaliwa baada ya kuwa tumboni mwa mamake kwa miezi tisa, si rahisi kwake kujiingiza katika kila kitu kipya kilicho karibu naye kwa sababu mazingira ni tofauti kabisa. Seli bado ni dhaifu, lakini baada ya siku saba, anazoea hayo mazingira mapya, lakini bado huwa hawawezi kufanya lolote.

Govi linapokatwa wakati huu, uchungu huwa ni mchache zaidi, na kidonda kitapona haraka sana. Lakini baada ya kukua, ngozi inakuwa ngumu na itakuwa na maumivu mengi sana.

Mungu aliwafanya Waisraeli wafanye tohara siku ya 8 baada ya kuzaliwa, ili iwasaidie katika usafi na ukuaji, na wakati huo huo akaifanya iwe alama ya agano lake.

Tohara, Ina Uhusiano wa Moja kwa Moja na Maisha

Kutoka 4:24-26 inasema, "Ilikuwa walipokuwa njiani mahali pa kulala, BWANA akakutana naye akataka kumwua. Ndipo Sipora akashika jiwe gumu na kuikata govi ya zunga la mwanawe, na kuibwaga miguuni pake akasema. Hakika wewe u bwana arusi wa damu kwangu mimi.' Basi akamwacha. Ndipo huyo mkewe akanena, 'U bwana arusi wa damu wewe!— kwa ajili ya kutahiri."

Mungu alitaka kumwua Musa kwa nini?
Tunaweza kuvielewa tukielewa kuzaliwa na kukua kwa Musa. Wakati huo, ili kuwaangamiza Waisraeli kabisa, kulitolewa amri ya kuwaua watoto wote wa kiume wa Waebrania.

Wakati huu, mamake Musa alimficha. Mwishowe alimtia katika kikapu cha fito na kuweka kikapu kile katikati ya nyasi kandokando ya mto Nili. Kwa upaji wa Mungu, alionekana na binti mfalme wa Misri naye pia akawa mwana wa mfalme kama mwana wa kupanga wa binti mfalme. Hiyo ndiyo sababu hakuwa katika hali ya yeye kutahiriwa.

Ingawa aliitwa kama kiongozi wa Kutoka, hakuwa ametahiriwa bado. Hiyo ndiyo sababu malaika wa Mungu alitaka kumwua. Vivyo hivyo, tohara ina uhusiano wa moja kwa moja na maisha; mtu akiwa hajatahiriwa, hana uhusiano na Mungu.

Waebrani 10:1 inasema, "Basi torati, kwa kuwa ni kivuli cha mema yatakayokuwa, wala si sura yenyewe ya mambo hayo," na sheria hapa inaashiria Agano la Kale, na 'mambo yatakayokuwa' ni Agano Jipya, yaani Habari Njema iliyokuja kupitia kwa Yesu

Kristo.

Kivuli na sura yenyewe ya mambo ni kitu kimoja, na haviwezi kuwako mbalimbali. Kwa hivyo, amri ya Mungu kuhusu tohara wakati wa Agano la Kale, iliyosema kwamba mtu asiyetahiriwa angetengwa na watu wa Mungu, bado inafanya kazi kwetu kwa njia hiyo hiyo.

Lakini leo, tofauti na Agano la Kale, hatuna lazima ya kupitia tohara ya mwili bali tohara ya kiroho, ambayo ni tohara ya moyo.

Tohara ya Mwili na Tohara ya Moyo

Warumi 2:28-29 inasema, "Maana yeye si Myahudi aliye Myahudi kwa nje tu, wala tohara siyo ile ya nje tu katika mwili; bali yeye ni Myahudi aliye Myahudi kwa ndani, na tohara ni ya moyo, katika roho, si katika andiko; ambaye sifa yake haitoki kwa wanadamu bali kwa Mungu." Tohara ya mwili ni kivuli tu, na sura yenyewe katika Agano Jipya ni tohara ya moyo, na hii ndiyo inayotupatia wokovu.

Nyakati za Agano la Kale hawakupokea Roho Mtakatifu, na hawakuweza kuacha mambo yasiyokuwa ya kweli kutoka mioyoni mwao. Kwa hivyo, walionyesha kwamba walikuwa wa Mungu kwa kutahiriwa kimwili. Lakini katika nyakati za Agano Jipya, tunapompokea Yesu Kristo, Roho Mtakatifu huingia mioyoni mwetu, na Roho Mtakatifu hutusaidia kuishi kwa kweli ili tuweze kuacha mambo yasiyokuwa kweli ya moyoni.

Kutahira mioyo yetu kwa njia hii ni kufuata amri katika Agano la Kale kutahiriwa katika mwili. Pia ni njia ya kushika Pasaka.

Jitahirini kwa BWANA, mkaziondoe govi za mioyo yenu (Yeremia 4:4).

Maana ya kuondoa govi za mioyo yetu ni nini? Ni kushika maneno yote ya Mungu zitwambiazo la kufanya au la kutofanya, kushika au kuacha mambo fulani.

Tusifanye mambo ambayo Mungu anatwambia tusifanye kama "Usichukie mtu, usimhukumu au kumhesabia hatia mwenzako, usiibe, na usizini." Pia, tunaacha na kushika wakati anapotwambia tuache au tushike jambo, kama vile "Vueni kila aina ya uovu, shika Sabato, shika amri za Mungu."

Pia, tufanye tu yale anayotwambia tufanye kama vile "Hubiri injili, omba, samehe, penda, n.k." Kwa kufanya hivyo, tunatoa mambo yote yasiyo ya kweli, uovu, udhalimu, uvunjaji wa sheria, na giza kutoka mioyoni ili iwe safi, na kisha tutaujaza na ukweli.

Tohara ya Moyo na Wokovu Kamili

Wakati wa Musa, Pasaka ilianzishwa kwa ajili ya Waisraeli ili wajiepushe na vifo vya wazaliwa wa kwanza kabla ya Kutoka. Kwa hivyo, haimaanishi kwamba mtu anaokolewa milele kwa kushiriki tu katika Pasaka.

Kama wangekuwa wameokolewa milele na Pasaka, basi Waisraeli wote waliotoka Misri wangekuwa wameingia Nchi itiririkayo maziwa na asali, Nchi ya Kanaani.

Lakini ukweli ulikuwa kwamba, watu wazima isipokuwa Yoshua na Kalebu, waliokuwa na umri wa zaidi ya miaka 20 wakati wa Kutoka hawakuonyesha imani na matendo ya utiifu. Walikuwa kizazi kilicholazimika kukaa jangwani kwa miaka arobaini na kufa huko, bila kuiona nchi iliyobarikiwa, Kanaani.

Hata leo ni vivyo hivyo. Hata kama tumemkubali Yesu Kristo, na kuwa watoto wa Mungu, hilo si kamili na si hakikisho la milele. Hilo maanake ni kwamba tumeingia katika mipaka ya wokovu tu.

Kwa hivyo, kama tu miaka arobaini ya majaribu ilikuwa ya lazima kwa Waisraeli ili waingie Nchi ya Kanaani, kupokea wokovu wa kudumu tunahitaji kupitia utaratibu wa kutahiriwa na neno la Mungu.

Tunapomkubali Yesu Kristo kama Mwokozi wetu, tunampokea Roho Mtakatifu. Hata hivyo, 'kumpokea Roho

Mtakatifu' haimaanishi kwamba mioyo yetu itakuwa safi kabisa. Ni lazima tuendelee kutahiri mioyo yetu mpaka tuufikie wokovu kamili. Mioyo yetu ndiyo chanzo cha uzima. Wakati tu peke yake tunapohifadhi mioyo yetu, kupitia tohara ya moyo, ndipo tunaweza kuufikia wokovu kamili.

Umuhimu wa Tohara ya Moyo

Wakati tu tunaposafisha dhambi zetu na uovu wetu na neno la Mungu, na kuzikatilia mbali na upanga wa Roho Mtakatifu, ndipo tunaweza kuwa watoto watakatifu wa Mungu na kuishi maisha yasiyokuwa na mabaa.

Sababu nyingine inayotufanya tuitahiri mioyo yetu ni kupata ushindi katika vita vya kiroho. Ingawa hatuvioni, kila mara kuna vita vikali kati ya roho za wema za Mungu na pepo wachafu. Waefeso 6:12 inasema, "Kwa maana kushindana kwetu sisi si juu ya damu na nyama; bali ni juu ya falme na mamlaka, juu ya wakuu wa giza hili, juu ya majeshi ya pepo wabaya katika ulimwengu wa roho."

Ili tuweze kupata ushindi katika vita vya kiroho, tunahitaji mioyo safi kabisa. Hii ni kwa sababu katika ulimwengu wa roho, uwezo uko katika kutokuwa na dhambi. Hii ndiyo sababu Mungu anataka tohara ya mioyo yetu na alitwambia mara nyingi juu ya umuhimu wa tohara.

Wapenzi, mioyo yetu isipotuhukumu, tuna ujasiri kwa Mungu. Na lo lote tuombalo, twalipokea kwake, kwa kuwa twazishika amri zake, na kuyatenda yapendezayo machoni pake." (1 Yohanan 3:21-22).

Ili tuweze kupokea majibu ya matatizo ya maisha kama vile magonjwa na umaskini, ni lazima tuitahiri mioyo yetu. Wakati tu peke yake tunapokuwa na mioyo safi, ndipo tutakapokuwa na ujasiri mbele za Mungu na tupokee chochote tutakachoomba.

Pasaka na Meza ya Bwana

Vivyo hivyo, wakati tu peke yake tunapopitia tohara ndipo tunaweza kushiriki katika Pasaka. Hili leo lina uhusiano na Meza ya Bwana. Pasaka ni sherehe ya kula nyama ya mwanakondoo, na Meza ya Bwana ni kula mkate na kunywa divai, ambako kunaashiria mwili na damu ya Yesu.

Basi Yesu akawaambia, "Amin, amin, nawaambieni, Msipoula mwili wake Mwana wa Adamu na kuinywa damu yake, hamna uzima ndani yenu. Aulaye mwili wangu na kuinywa damu yangu anao uzima wa milele; nami nitamfufua siku ya mwisho" (Yohana 6:53-54).

Hapa, 'Mwana wa Adamu' inamrejelea Yesu, na mwili wa Mwana wa Adamu unarejelea vitabu 66 vya Biblia. Kula mwili wa Mwana wa Adamu maanake ni kuchukua neno la kweli la Mungu lililoandikwa katika Biblia.

Pia, kama tu tunavyohitaji majimaji kutusaidia katika usagaji wa chakula, tunapokula mwili wa Mwana wa Adamu, wakati huohuo pia ni lazima tunywe ili kipate kusagwa vizuri.

'Kunywa damu ya Mwana wa Adamu' maanake ni kuamini kweli na kutekeleza neno la Mungu. Baada ya kusikia na kujua neno, tukiwa hatulitekezi, basi neno la Mungu halina maana yoyote kwetu.

Tunapoelewa neno la Mungu katika vitabu sitini na sita vya Biblia na kulitekeleza, basi ukweli utaingia mioyoni mwetu na kunyonywa ndani kama virutubishi vinavyonyonywa na mwili. Kisha, dhambi na uovu vitakuwa kama uchafu wa kutupwa, hivi kwamba tutazidi kuendelea kuwa watu wa kweli wa kupata uzima wa milele

Kwa mfano, tunaponyonya kirutubishi cha kweli kinachoitwa 'upendo' na kukitekeleza, hili neno litanyonywa ndani yetu kama kirutubishi. Mambo yanayopinga kama chuki, husuda, na wivu yatakuwa uchafu wa kutupwa. Kisha tutakuwa na moyo kamilifu wa upendo.

Pia, tunapoijaza mioyo yetu na amani na uadilifu, ugomvi, mabishano, mafarakano, chuki, na udhalimu vitaenda.

Sifa za Kushiriki katika Meza ya Bwana

Wakati huo huo wa Kutoka, wale waliotahiriwa walifaa kuhushiriki katika Pasaka, ili waweze kujiepusha na vifo vya wazaliwa wa kwanza. Vivyo hivyo, leo, tunapomkubali Yesu Kristo kama Mwokozi wetu na kumpokea Roho Mtakatifu, tunapigwa mhuri kama watoto wa Mungu na tuna haki ya kushiriki katika Meza ya Bwana.

Lakini Pasaka ilikuwa tu kwa ajili ya wokovu kutoka kwa vifo vya wazaliwa wa kwanza. Walihitaji kutembea nyikani kwa ajili ya wokovu kamili. Vivyo hivyo, hata ingawa tumempokea Roho Mtakatifu na tunaweza kushiriki katika Meza ya Bwana, bado tunahitaji kupitia utaratibu wa kupokea wokovu wa milele kwa ajili ya milele. Kwa kuwa tumeingia katika lango la wokovu kwa kumkubali Yesu Kristo, ni lazima tulitii neno la Mungu maishani mwetu. Ni lazima tutembea kuelekea malango ya ufalme wa mbinguni na wokovu wa milele.

Tukifanya dhambi, hatuwezi kushiriki katika Meza ya Bwana, kula mwili na kunywa damu ya Bwana Mtakatifu. Ni lazima kwanza tujiangalie, tutubu dhambi zetu zote tulizofanya, na kusafisha mioyo yetu ili tushiriki katika Meza ya Bwana.

Basi kila aulaye mkate huo, au kukinywea kikombe hicho cha Bwana isivyostahili, atakuwa amejipatia hatia ya mwili na damu ya Bwana. Lakini mtu ajihoji mwenyewe, na hivyo aule mkate, na kukinywea kikombe. Maana alaye na kunywa, hula na kunywa hukumu ya nafsi yake, kwa kutokuupambanua ule mwili (1 Wakorintho 11:27-29).

Wengine husema kwamba wale waliobatizwa na maji peke yao ndio wanaoweza kushiriki Meza ya Bwana. Lakini tunapomkubali Yesu Kristo, tunampokea Roho Mtakatifu kama kipawa. Sote tuna haki ya kuwa watoto wa Mungu.

Kwa hivyo, kama tumempokea Roho Mtakatifu na kuwa watoto wa Mungu, tunaweza kushiriki katika Meza ya Bwana baada ya kutubu dhambi zetu, hata ingawa bado hatujabatizwa na maji.

Kupitia kwa Meza ya Bwana, tunakumbuka kwa mara nyingine neema ya Bwana aliyeangikwa msalabani na kumwaga damu yake kwa ajili yetu. Pia tunapaswa kujiangalia na kujifunza na kulitekeleza neno la Mungu.

1 Wakorintho 11:23-25 inasema, "Kwa maana mimi nalipokea kwa Bwana niliyowapa nanyi, ya kuwa Bwana Yesu usiku ule aliotolewa alitwaa mkate, naye akiisha kushukuru

akaumega, akasema, 'Huu ndio mwili wangu ulio kwa ajili yenu; fanyeni hivi kwa ukumbusho wangu.' Na vivi hivi baada ya kula akakitwaa kikombe, akisema, 'Kikombe hiki ni agano jipya katika damu yangu; fanyeni hivi kila mnywapo, kwa ukumbusho wangu.'"

Kwa hivyo, ninakuhimiza utambue maana ya kweli ya Pasaka na Meza ya Bwana na ule mwili na kunywa damu ya Bwana kwa bidii, ili uweze kutupa aina zote za uovu na ukamilishe tohara ya moyo kabisa.

Sura ya 9

Kutoka na
Siku Kuu ya Mikate Isiyochachwa

Kutoka 12:15-17

"Mtakula mikate isiyochachwa muda wa siku saba; siku hiyo ya kwanza mtaondoa chachu yote isiwe katika nyumba zenu kabisa; kwa kuwa mtu ye yote atakayekula mkate uliochachwa tangu siku hiyo ya kwanza hata siku ya saba, nafsi hiyo atakatiliwa mbali na Israeli. 'Siku ya kwanza kutakuwa kwenu na kusanyiko takatifu, na siku ya saba kutakuwa kusanyiko takatifu; haitafanywa kazi yo yote katika siku hizo, isipokuwa kwa hiyo ambayo kila mtu hana budi kula, hiyo tu ifanyike kwenu. Nanyi mtaitunza ile sikukuu ya mikate isiyochachwa; kwa kuwa katika siku iyo hiyo mimi nimeyatoa majeshi yenu katika nchi ya Misri; kwa hiyo mtaitunza siku hiyo katika vizazi vyenu vyote, kwa amri ya milele"

"Natusamehe, lakini tusisahau."

Ni sentensi iliyoandikwa katika lango la kuingilia jumba la makumbusho la Yad Vashem Holocaust Museum kule Yerusalemu. Ni kuweka katika kumbukumbu wale Wayahudi milioni sita waliouawa na Wanazi wakati wa Vita Vikuu vya Pili vya Ulimwengu, na historia ya aina kama hiyo isiwahi kurudiwa tena.

Historia ya Israeli ni historia ya makumbusho. Katika Biblia, Mungu anawaambia wakumbuke yaliyopita, wayawaze, na kuyahifadhi vizazi na vizazi.

Baada ya Waisraeli kuokolewa kutoka kwa vifo vya wazaliwa wa kwanza kwa kusherehekea Pasaka na kutolewa Misri, Mungu aliwaambia washike Sherehe ya Mikate isiyochachwa. Ni juu yao wakumbuke milele siku waliyowekwa huru kutoka katika utumwa kule Misri.

Maana za Kiroho za Kutoka

Siku ya Kutoka si siku tu ya uhuru ambao watu wa Israeli waliupata tena maelfu mengi ya miaka iliyopita.

'Misri ambayo Waisraeli waliishi katika utumwa inaashiria 'ulimwengu huu' ambao uko chini ya utawala wa adui ibilisi na Shetani. Kama tu Waisraeli walivyoteswa na kufanyiwa mabaya walipokuwa watumwa kule Misri, watu hupata maumivu na simanzi vinavyoletwa na adui ibilisi na Shetani wanapokuwa hawajui kuhusu Mungu.

Waisraeli walipokuwa wakishuhudia Mapigo Kumi yaliyofanyika kupitia kwa Musa, walimjua Mungu. Walimfuata Musa wakatoka Misri ili wakaingie Nchi ya Ahadi ya Kanaani, ambayo Mungu alikuwa amemwahidi babu yao Ibrahimu.

Hivi ndivyo ilivyo hata kwa watu wa leo waliokuwa wakiishi bila kumjua Mungu lakini wakaja wakamkubali Yesu Kristo.

Waisraeli walipokuwa wanatoka Misri, ambako walikuwa watumwa, inafananishwa na watu kutoka kutoka katika utumwa wao chini ya adui ibilisi na Shetani kwa kumkubali Yesu Kristo na kuwa watoto wa Mungu.

Pia, safari ya Waisraeli kwenda Nchi ya Kanaani, nchi inayotiririka maziwa na asali, haina tofauti na waamini walio katika safari ya imani kwenda katika ufalme wa mbinguni.

Nchi ya Kanaani, Itiririkayo Maziwa na Asali

Katika utaratibu wa Kutoka, Mungu hakuwaelekeza Waisraeli moja kwa moja kuingia Nchi ya Kanaani. Walilazimika kwenda katika nyika kwa sababu kulikuwa na taifa lenye nguvu lililoitwa Filisti katika njia ya mkato ya kwenda Kanaani.

Kupitia nchi hiyo, walihitaji kupigana vita dhidi ya Wafilisti wenye nguvu. Mungu alijua hilo, wakifanya hivyo, wale watu ambao hawakuwa na imani wangetaka kurudi Misri.

Vivyo hivyo, wale ambao wamempokea Yesu hivi karibuni hawapewi imani ya kweli mara moja. Basi, wakikabiliwa na mtihani ambao ni mkubwa kama hilo taifa lenye uwezo la Filisti na Wafilisti, wanaweza kuuanguka na hatimaye wakaacha imani.

Hiyo ndiyo sababu Mungu anasema, "Jaribu halikuwapata ninyi, isipokuwa lililo kawaida ya wanadamu; ila Mungu ni mwaminifu; ambaye hatawaacha mjaribiwe kupita mwezavyo; lakini pamoja na lile jaribu atafanya na mlango wa kutokea, ili mweze kustahimili" (1 Wakorintho 10:13).

Kama tu Waisraeli walivyotembea nyikani mpaka wakafika Nchi ya Kanaani, nasi hata baada ya kuwa watoto wa Mungu, huwa mbele yetu kuna safari ya imani mpaka tuufikie ufalme wa mbinguni, Nchi ya Kanaani.

Hata ingawa kule nyika kulikuwa kugumu, wale waliokuwa na imani hawakurudi Misri kwa sababu walitarajia kuona uhuru, amani, na wingi katika Nchi ya Kanaani ambao hawangeweza kufurahia kule Misri. Ni vivyo hivyo kwetu sisi hata leo.

Hata ingawa wakati mwingine tunalazimika kutembea katika njia nyembamba na ngumu, tunaamini utukufu mzuri wa ufalme wa mbinguni. Kwa hivyo, hatuangalii mashindano ya imani kuwa magumu, bali tunashinda kila kitu kwa usaidizi na uwezo wa Mungu.

Hatimaye, Waisraeli walianza kusafiri kwenda nchi ya Kanaani, nchi itiririkayo maziwa na asali. Waliacha nchi zile ambazo walikuwa wameishi kwa zaidi ya miaka 400 na wakaanza mwendo wa imani chini ya uongozi wa Musa.

Kuna watu waliokuwa wakichua ng'ombe. Wengine walikuwa wanapakia nguo, fedha, na dhahabu waliyopokea kutoka kwa Wamisri. Wengine walikuwa wanafunga matonge yasiyochachwa huku wengine wakiwatunza watoto wadogo na wazee. Msafara wa Waisraeli uliokuwa umepangwa ulikuwa mkubwa sana usiokuwa na mwisho. Wakati huo Waisraeli walikuwa wanajiharakisha kuondoka

Wana wa Israeli wakasafiri kutoka Ramesesi mpaka Sukothi, walipata hesabu yao kama watu sita mia elfu watu waume waliokwenda kwa miguu, bila kuhesabu watoto. Na kundi kubwa la watu waliochangamana mno wakakwea pamoja nao; na kondoo na ng'ombe, wanyama wengi sana. Nao wakaoka mikate isiyochachwa ya ule unga waliouchukua walipotoka Misri. Maana, haukutiwa chachu, kwa sababu walitolewa watoke Misri, wasiweze kukawia, nao walikuwa hawajajifanyia tayari chakula.

Siku hiyo mioyo yao ilikuwa imejaa uhuru, tumaini na wokovu. Kuisherehekea siku hii, Mungu aliwaamuru washike Sherehe ya Mikate Isiyochachwa katika vizazi vyote.

Siku Kuu ya Mikate Isiyochachwa

Leo, katika Ukristo, tunasherehekea Pasaka mahali pa Sherehe ya mikate Isiyochachwa. Pasaka ni sherehe inayofanywa kutoa shukrani kwa Mungu kwa kuwapa msamaha wa dhambi watu wote kupitia kwa kusulubiwa kwa Yesu. Pia, tunaisherehekea kama siku ambayo sisi tuliweza kutoka gizani na kuingia kwenye nuru kwa ufufuo wake.

Siku Kuu ya Mikate Isiyochachwa ni moja yapo ya sherehe tatu kuu za Israeli. Inafanywa kuwa ukumbusho wa ukweli kwamba walitoka Misri kwa mkono wa Mungu. Kuanzia usiku wa Pasaka, wanakula mikate isiyochachwa kwa siku saba.

Hata baada ya yeye na Wamisri kupata mapigo mengi, Farao hakugeuza nia yake. Mwishowe Misri ilizazimika kupigwa na vifo vya wazaliwa wa kwanza na Farao mwenyewe alipotesa mwanawe. Farao akawaita Musa na Haruni upesi na akawaambia waindoke Misri mara moja. Kwa hivyo, hawakuwa na wakati wa kuitia chachu mikate. Hiyo ndiyo sababu walilazimika kula mikate isiyochachwa.

Pia, Mungu aliwaacha wale mikate isiyochachwa ili waweze kukumbuka nyakati za mateso na watoe shukrani kwa kuwekwa huru kutoka utumwani.

Pasaka ni sherehe ya kukumbuka kuokolewa kutoka kwa vifo vya wazaliwa wa kwanzal. Wao hula mwanakondoo, mboga za uchungu, na mikate isiyochachwa. Siku Kuu ya Mikate Isiyochachwa ni ukumbusho wa ukweli kwamba walikula mikate isiyochachwa kwa wiki moja kule nyikani baada ya kutoka Misri kwa haraka.

Leo, Waisraeli huchukua likizo ya wiki nzima kusherehekea Pasaka pamoja na Siku Kuu ya Mikate Isiyochachwa.

Usimle pamoja na mikate iliyotiwa chachu; siku saba utakula naye mikate isiyotiwa chachu, nayo ni mikate ya mateso; kwa maana ulitoka nchi ya Misri kwa haraka; ili upate kukumbuka siku uliyotoka nchi ya Misri, siku zote za maisha yako (Kumbukumbu la Torati 16:3).

Maana ya Kiroho ya Siku Kuu ya Mikate Isiyochachwa

Mtakula mikate isiyochachwa muda wa siku saba; siku hiyo ya kwanza mtaondoa chachu yote isiwe katika nyumba zenu kabisa; kwa kuwa mtu ye yote atakayekula mkate uliochachwa tangu siku hiyo ya kwanza hata siku ya saba, nafsi hiyo atakatiliwa mbali na Israeli (Kutoka 12:15).

Hapa, 'siku ya kwanza' inarejelea siku ya wokovu. Baada ya kuokolewa kutoka kwa vifo vya wazaliwa wa kwanza na kutoka Misri, Waisraeli walilazimika kula mikate isiyochachwa kwa siku saba. Vivyo hivyo, baada ya kumkubali Yesu Kristo na kumpokea Roho Mtakatifu, ni lazima tule mikate isiyochachwa kiroho ili tuweze kuufikia wokovu kamili.

Kiroho, kula mikate isiyochachwa maanake ni kuacha ulimwengu na kushika njia nyembamba. Baada ya kumkubal Yesu Kristo, ni lazima tujishushe na kwenda katika njia nyembamba ili tuufikie wokovu kamili na mioyo minyenyekevu.

Kula mikate iliyochachwa badala ya mikate isiyochachwa, ni

kushika njia pana na rahisi katika kufuata mambo yasiyokuwa na maana ya ulimwengu huu kama mtu anavyoona kuwa ni sawa. Ni wazi kwamba, mtu anayeshika njia hii hatapokea wokovu. Hiyo ndiyo sababu Mungu alisema kwamba. wale walao mikate ya kuchachwa wangekatiliwa mbali na Israeli.

Kisha, ni mafunzo yapi ambayo Siku Kuu ya Mikate Isiyochachwa inatupatia leo?

Kwanza, ni lazima tuikumbuke siku zote na kutoa shukrani kwa upendo wa Mungu na neema ya wokovu ambayo tunapokea bure katika ukombozi wa Yesu Kristo.

Waisraeli wanakumbuka nyakati za utumwa kule Misri kwa kula mikate isiyochachwa kwa siku saba na kumshukuru Mungu kwa kuwaokoa. Vivyo hivyo, sisi waamini, ambao ndio Waisraeli wa kiroho, lazima tukumbuke neema na upendo wa Mungu aliyetuelekeza katika njia ya uzima wa milele na tumshukuru katika mambo yote.

Ni lazima tukumbuke siku tulipokutana na Mungu na kumwona na siku tuliyozaliwa mara ya pili kwa maji na Roho na tutoe shukrani kwa Mungu kwa kukumbuka neema yake. Hii ni sawa na kuisherehekea katika kiwango cha kiroho Siku Kuu ya Mikate Isiyochachwa. Wale ambao ni wazuri kweli moyoni kamwe hawatasahau neema yoyote kati ya zile walizopokea kutoka kwa Bwana. Huu ni wajivu wa mwanadamu na hii ndiyo hatua ya moyo mzuri na mwema.

Tunapokuwa na moyo huu mzuri, haijalishi uhalisi wa leo ni mgumu namna gani, kamwe hatutasahau upendo na neema bali tutatoa shukrani kwa ajili ya neema yake na kufurahia siku zote.

Hivi ndivyo ilivyokuwa kwa Habakuki, aliyefanya kazi yake wakati wa utawala wa Mfalme Yosia kama 600 BC.

Maana mtini hautachanua maua, Wala mizabibuni hamtakuwa na matunda; Taabu ya mzeituni itakuwa bure, Na mashamba hayatatoa chakula; Zizini hamtakuwa na kundi, Wala vibandani hamtakuwa na kundi la ng'ombe, Walakini nitamfurahia BWANA, Nitamshangilia Mungu wa wokovu wangu (Habakuki 3:17-18).

Nchi yake Yuda ililazimika kukabiliana na hatari kutoka kwa Wakaldayo (Wababeli), na Nabii Habakuki alilazimika kuona nchi yake ikienda kuanguka, lakini badala ya kuvunjika moyo, Habakuki alitoa sifa za shukrani kwa Mungu.

Vivyo hivyo, bila kujali hali yetu au mambo yalivyo maishani, tunapokuwa na ukweli mmoja kwamba tumeokolewa kwa neema ya Mungu bila gharama yoyote, tunaweza kushukuru kutoka vilindi vya mioyo yetu.

Pili, tusiishi maisha yetu ya imani kama kawaida wala kurudi nyuma katika njia yetu ya maisha ya zamani iliyo kavu wala kuishi maisha ya Kikristo yasiyo maendeleo au mabadiliko.

Kufuata maisha yasiyokuwa na shauku kama Mkristo ni kuishi kama tulivyokuwa. Ni maisha ya kukwama bila mwendo au mabadiliko. Inamaanisha kwamba tuna imani vuguvugu na ya kawaida. Ni kuonyesha ukawaida wa imani, bila kutahiri mioyo yetu.

Tukiwa baridi, tunaweza kupokea aina fulani ya adhabu kutoka kwa Mungu ili tuweze kubadilika na kufanywa upya. Lakini tukiwa vuguvugu, tunaridhiana na ulimwengu na hatujaribu kuacha dhambi. Hatutamwacha Mungu kabisa kwa ufahamu wetu au kirahisi kwa sababu tumempokea Roho Mtakatifu na tunajua vizuri sana kwamba kuna mbinguni na jehanamu.

Tukihisi upungufu wetu, tutamwomba Mungu juu yake. Lakini wale walio vuguvugu hawaonyeshi shauku yoyote. Wanakuwa 'wahudhuriaji wa kanisa'.

Wanaweza kupata mateso na kuhisi uchungu mkali na wasiwasi mioyoni mwao, lakini jinsi muda unavyoenda, hisia hizi nazo hupotea.

"Basi, kwa sababu una uvuguvugu, wala hu baridi wala moto, nitakutapika utoke katika kinywa changu" (Ufunuo 3:16). Basi chambilecho, hawawezi kuokolewa. Ndiyo sababu Mungu hutufanya tusherehekee siku kuu tofauti tofauti mara kwa mara ili tuangalie imani yetu na tufikie kipimo cha imani kilichokua kikamilifu na kukomaa.

Tatu, siku zote ni lazima tushike neema ya upendo wa kwanza. Kama tumeipoteza, ni lazima tufikiri juu ya mahali tulipoangukia, tutubu na turudishe matendo ya kwanza haraka.

Mtu yeyote aliyemkubali Bwana Yesu anaweza kuona neema ya upendo wa kwanza. Neema na upendo wa Mungu ni mkuu sana hivi kwamba kila siku ya maisha yake itakuwa furaha na raha yenyewe.

Kama vile wazazi wanavyowatarajia watoto wao wakue, Mungu pia huwatarajia watoto wake wawe na imani thabiti na wafikie vipimo vikubwa zaidi vya imani. Lakini tunapopoteza neema ya upendo wa kwanza mahali fulani, shauku yetu na upendo vinaweza kupoa. Hata tukiomba, tunaweza kuvifanya na kwa sababu ya wajibu tu.

Mpaka tufikie kiwango chote, kamili na timilifu cha utakaso, tukitoa mioyo yetu kwa Shetani, tunaweza kupoteza upendo wa kwanza wakati wowote. Kwa hivyo, kama tumepoteza neema ya upendo kwanza motomoto, ni lazima tutafute sababu na tutubu haraka na tugeuke.

Watu wengi wanasema kwamba maisha ya Ukristo ni njia nyembamba na ngumu, lakini Kumbukumbu la Torati 30:11 inasema, "Kwa maana maagizo haya nikuagizayo leo, si mazito mno kwako, wala si mbali." Tukitambua upendo wa kweli wa Mungu, safari ya maisha katika imani kamwe si ngumu. Ni kwa sababu mateso ya wakati huu hayawezi kulinganishwa na utukufu tutakaopewa baadaye. Tunaweza kufurahi tukiwaza juu ya utukufu huo.

Kwa hivyo, kama waamini tunaoishi siku za mwisho, tunapaswa siku zote tulitii neno la Mungu na tuishi katika nuru wakati wote. Kama hatutashika njia pana ya ulimwengu lakini badala yake tushike njia nyembamba ya imani, tutaweza kuingia Kanaani, Nchi Itiririkayo Maziwa na Asali.

Mungu atatupatia neema ya wokovu na furaha upendo wa kwanza. Atatubariki ili tukamilishe utakaso na kupitia kwa mwendo wetu wa imani, ataturuhusu tuuchukue ufalme wa milele wa mbinguni kwa nguvu.

Sura ya 10

Maisha ya Kutii na Baraka

Kumbukumbu la Torati 28:1-6

"Itakuwa utakaposikia sauti ya BWANA, Mungu wako, kwa bidii, kutunza kuyafanya maagizo yake yote nikuagizayo leo, ndipo BWANA, Mungu wako, atakapokutukuza juu ya mataifa yote ya duniani. Na baraka hizi zote zitakujilia na kukupata usikiapo sauti ya BWANA, Mungu wako. Utabarikiwa mjini, utabarikiwa na mashambani. Utabarikiwa uzao wa tumbo lako, na uzao wa nchi yako, na uzao wa wanyama wako wa mifugo, maongeo ya ng'ombe wako, na wadogo wa kondoo zako. Litabarikiwa kapu lako, na chombo chako cha kukandia unga. Utabarikiwa uingiapo, utabarikiwa na utokapo"

Historia ya Kutoka kwa Israeli inatupatia mafunzo ya thamani. Kama tu mapigo yalivyokuja juu ya Farao na Misri kwa sababu ya kutotii kwao, njiani kwenda Nchi ya Kanaani watu wa Israeli walilazimika kupata majaribu na wakashindwa kupata ufanisi kwa sababu walienda kinyume na mapenzi ya Mungu.

Waliokolewa kutoka kwa pigo la kifo cha wazaliwa wa kwanza kupitia kwa Pasaka. Lakini, wakati walipokosa maji ya kunywa na chakula walipokuwa njiani kwenda Kanaani, walianza kulalamika.

Walitengeneza ndama wa dhahabu na wakamwabudu, na wakatoa taarifa mbaya kuhusu Nchi ya Ahadi; hata walimpinga Musa. Yote hayo yalikuwa kwa sababu hawakuitazama njia ya Kanaani na macho ya imani.

Kwa sababu hiyo, kizazi cha kwanza cha Kutoka, isipokuwa Yoshua na Kalebu, wote walikufa nyikani. Yoshua na Kalebu peke yao ndio walioamini ahadi ya Mungu na wakamtii, nao wakaingia Nchi ya Kanaani pamoja na kizazi cha pili cha Kutoka.

Baraka za Kuingia Nchi ya Kanaani

Kwa kuwa kizazi cha kwanza cha Kutoka kilikuwa sehemu ya vizazi vilivyozaliwa na kuleewa katika utamaduni wa Mataifa wa Misri kwa miaka 400, walikuwa wamepoteza kiasi kikubwa cha imani yao kwa Mungu. Pia, maovu mengi yalikuwa yamepandwa katika mioyo yao wakati walipokuwa wakipitia mateso na mashaka.

Lakini Waisraeli wa kizazi cha pili cha Kutoka walifundishwa neno la Mungu tangu utotoni. Kwa kuwa walishuhudia kazi nyingi za uwezo wa Mungu, walikuwa tofauti sana na kizazi cha wazazi wao.

Walielewa kwa nini kizazi cha wazazi wao hakingeweza kuingia Nchi ya Kanaani bali walilazimika kukaa nyikani kwa miaka 40. Walikuwa tayari kabisa kumtii Mungu na kiongozi wao kwa imani ya kweli.

Tofauti na kizazi cha wazazi wao waliokuwa wakilalamika kila mara hata baada ya kuona kazi nyingi za Mungu, waliapa kumtii kikamilifu. Waliungama kwamba wangemtii Yoshua kikamilifu, mtu aliyechukua nafasi ya Musa kwa mapenzi ya Mungu.

Kama vile tulivyomsikiliza Musa katika mambo yote, ndivyo tutakavyokusikiliza wewe; BWANA, Mungu wako, na awe pamoja nawe tu, kama alivyokuwa pamoja na Musa. Kila mtu atakayeiasi amri yako, asiyasikilize maneno yako katika mambo yote utakayomwamuru, atauawa. Uwe hodari na moyo wa ushujaa, hilo tu (Yoshua 1:17-18).

Miaka 40 nyikani wakati ambao Waisraeli walitangatanga huku na huku, haikuwa tu wakati wa adhabu. Ilikuwa wakati wa mafunzo ya kiroho kwa kizazi cha pili cha Kutoka ambao wangeingia katika nchi ya Kanaani.

Kabla Mungu kutupatia baraka, huruhusu aina nyingi tofauti

za mafunzo ya kiroho ili tuweze kuwa na imani ya kiroho. Ni kwa sababu bila imani ya kiroho, hatuwezi kupokea wokovu na hatuwezi kuingia ufalme wa mbinguni.

Pia, kama Mungu angekuwa anatupatia baraka kabla kuwa na imani ya kiroho, ingeelekea sana kwamba wengi wetu wangerudi ulimwenguni. Kwa hivyo, Mungu hutuonyesha kazi za kushangaza za uwezo wake, na wakati mwingine huruhusu tupate majaribu makali ili imani yeru iweze kukua.

Kiunzi cha kwanza cha utiifu kilichokikabili kizazi cha pili kilikuwa kule Mto wa Yordani. Mto Yordani ulipitia kati ya nchi tambarare za Moabu na Nchi ya Kanaani, na wakati ule, maji yalikuwa mengi na mara nyingi yalifurika.

Hapa, Mungu alisema nini? Aliwaambia makuhani wabebe Sanduku la Agano na watangulie na wawe wa kwanza kukanyaga maji ya mto. Punde tu watu waliposikia mapenzi ya Mungu kupitia kwa Yoshua, walienda kuelekea Mto Yordani bila kusitasita, makuhani wakiwa mbele yao.

Kwa sababu walimwamini Mungu ajuaye yote na mwenye uwezo wote, waliweza kutii bila tashwishi au malalamishi. Matokeo yake ni kwamba, nyayo za makuhani waliokuwa wamebeba Sanduku zilipogusa maji ukingoni mwa mto, maji yalisimama na wakaweza kuvuka kama nchi kavu.

Pia, waliharibu mji wa Yeriko ambao ulisemekana kwamba ulikuwa ngome isiyovunjika. Tofauti na leo, kwa kuwa hawakuwa na silaha kali, ilkuwa haiwezekani kuharibu kuta nzito kama hizo, ambazo kwa kweli zilikuwa na safu mbili za kuta.

Hata pamoja na nguvu zao zote, ingekuwa imekuwa vigumu sana kuuharibu. Lakini Mungu aliwaambia wazunguke tu huo mji mara moja kwa siku kwa siku sita, na siku ya saba, waamke mapema na wauzunguke mara saba, na kisha wapige kelele kwa sauti kubwa.

Katika hali ambapo majeshi ya adui walikuwa wakilinda juu ya kuta hizo, kizazi cha pili cha Kutoka kilianza kuzunguka kuta za mji bila kusitasita.

Ilikuwa inawezekana kwamba adui yao anawezakuwa amerusha mishale mingi sana dhidi yao au wangekuwa wameanzisha mashambulizi kamili dhidi yao. Bado katika hali hiyo hatari walilitii neno la Mungu na wakauzunguka mji tu. Hata zile kuta zenye nguvu zililazimika kuvunjika watu wa Israeli walipolitii neno la Mungu.

Kupokea Baraka kupitia Utiifu

Utiifu unaweza kuvuka mipaka ya hali zozote. Ndio njia ya kushusha uwezo wa kushangaza wa Mungu. Kutoka kwa mtazamo wa kibinadamu, tunaweza kuona kwamba haiwezekani kutii kitu fulani. Lakini machoni pa Mungu, hakuna jambo ambalo hatuwezi kulitii, na Mungu ni mwenyezi.

Kuonyesha aina hii ya utiifu, kama tu vile tunavyoweza kumchoma mwanakondoo juu ya moto, ni lazima tusikie na kuelewa neno la Mungu kikamilifu kwa msukumo wa Roho

Mtakatifu.

Pia, kama tu Waisraeli wanavyosherehekea Pasaka na Siku Kuu ya Mikate Isiyochachwa katika vizazi vyote, ni lazima tukumbuke neno la Mungu na kuliweka akilini mwetu siku zote. Yaani, ni lazima tuendelee kuitahiri mioyo yetu na neno la Mungu na tuache dhambi na uovu na shukrani zetu kwa neema ya wokovu.

Ni baada ta kufanya hivyo peke yake ndipo tutapewa imani ya kweli na kuonyesha tendo kamili la utiifu.

Kuna mambo ambayo hatuwezi kutii tunapofikiri na nadharia, ujuzi, au werevu wa kawaida wa mwanadamu. Lakini mapenzi ya Mungu kwetu bado ni kutii hata katika mambo haya. Tunapoonyesha aina hii ya utiifu, Mungu hutuonyesha kazi kubwa na baraka za ajabu.

Katika Biblia, watu wengi walipokea baraka za ajabu kupitia kwa utiifu wao. Danieli na Yusufu walipokea baraka kwa sababu walikuwa na imani thabiti kwa Mungu, na hata kabla ya kufa, walishika neno la Mungu peke yake. Pia kupitia maisha ya Ibrahimu, Baba wa Imani, tunaweza kuelewa jinsi Mungu anavyopendezwa na wale wanaotii.

Baraka Alizopewa Ibrahimu

BWANA akamwambia Abramu, "Toka wewe katika nchi yako, na jamaa zako, na nyumba ya baba yako, uende mpaka nchi nitakayokuonyesha; nami nitakufanya wewe kuwa taifa kubwa, na kukubariki, na kulikuza jina lako; nawe uwe baraka" (Mwanzo 12:1-2).

Wakati ule, Ibrahimu alikuwa na miaka sabini na tano, ni wazi kwamba hakuwa mtoto. Hasa, haikuwa rahisi kwake kuacha nchi yake na kuondoka kutoka kwa jamaa zake wote kwa kuwa hakuwa na wana wowote wa kumrithi.

Mungu pia hakumpangia mahali popote pa kwenda. Mungu alimwamuru tu aondoke. Kama fikira za mwanadamu zingetumiwa, ilikuwa vigumu sana kutii. Alilazimika kuacha kila kitu alichokuwa amekusanya huko, na kwenda mahali pageni kabisa.

Si rahisi kuacha kila kitu tulicho nacho na kwenda mahali papya kabisa, hata kama kuna hakikisho kamili kuhusu siku za usoni. Ni watu wangapi kwa kweli wanaweza kuacha kila kitu walicho nacho wakati huu, huku siku zao za usoni zikiwa hazina uwazi vile? Lakini Ibrahimu alitii tu.

Kulikuwa na tukio lingine ambapo utiifu wa Ibrahimu uliangaza nuru yake kwa mng'ao mkubwa zaidi. Ili apate kupokea utiifu wa Ibrahimu kwa ukamilifu zaidi, Mungu aliruhusu mtihani wa kumpatia baraka.

Yaani, Mungu alimwamuru amtoe mwanawe wa pekee Isaka. Isaka alikuwa mwana wa thamani sana kwa Ibrahimu. Alikuwa na thamani kuliko yeye mwenyewe, lakini alitii bila kusitasita.

Baada ya Mungu kuzungumza naye, tunapata katika Mwanzo 22:3 kwamba siku iliyofuatia, aliondoka asubuhi mapema na akatayarisha vitu vya kumtolea Mungu sadaka, na akaenda mahali ambako Mungu alikuwa amemwambia.

Wakati huu, ulikuwa ni utiifu wa kiwango cha juu zaidi kuliko ule wa kuacha nchi yake na nyumba ya baba yake. Wakati ule, alitii tu bila kujua mapenzi ya Mungu ni nini hasa. Lakini Mungu alipomwambia amtoe mwanawe Isaka kama dhabihu ya kuteketezwa, aliuelewa moyo wa Mungu na akatii mapenzi yake. Katika Waebrania 11:17-19 imenakiliwa jinsi alivyoamini kwamba hata kama ni kumtoa mwanawe kama sadaka ya kuteketezwa, Mungu angemfufua, kwa kuwa alikuwa uzao wa ahadi ya Mungu.

Mungu alifurahia imani hii ya Ibrahimu na yeye mwenyewe akatayarisha sadaka ile. Baada ya Ibrahimu kupita mtihani huo, Mungu alimwita rafiki yake na akampa baraka kuu.

Hata leo, maji ni adimu kule Israeli. Lakini wakati ule yalikuwa adimu zaidi katika Nchi ya Kanaani. Lakini kila mahali alikokwenda Ibrahimu, maji yalikuwa mengi sana. Na hata mpwa wake Lutu, aliyeishi pamoja naye, alipokea baraka kuu kama hizo.

Ibrahimu alikuwa na ng'ombe wengi, na fedha, na dhahabu; alikuwa tajiri sana. Mpwa wake Lutu alipochukuliwa mateka, Ibrahimu alichukua wanaume 318 walioleewa nyumbani mwake, na akamwokoa Lutu. Kwa kuona ukweli huu peke yake, tunaweza kuona jinsi alivyokuwa tajiri.

Ibrahimu alitii neno la Mungu. Nchi na maeneo jirani yaliyokuwa karibu naye yalipokea baraka, na wale waliokuwa naye pia walipokea baraka.

Kupitia kwa Ibrahimu, mwanawe Isaka alipokea baraka, pia, na wazao wake wakawa wengi sana hivi kwamba wakaunda taifa. Zaidi ya hayo, Mungu alimwambia kwamba yeye angembariki kila atakayembariki, na kumlaani kila atakayemlaani. Aliheshimiwa sana hivi kwamba hata wafalme wa mataifa jirani walimlipa kodi.

Ibrahimu alipokea aina zote za baraka ambazo mtu anaweza kupokea hapa duniani, pamoja na mali, umaarufu, mamlaka, afya, na watoto. Kama ilivyoandikwa katika Lakini tunapokosa kutii, huanza na majanga madogo ili atupatie utambuzi na kutufanya tujitambue

8 ya Kumbukumbu la Torati, alipokea baraka alipotoka na alipoingia.

Akawa chanzo cha baraka na baba wa imani. Licha ya hayo, alikuwa anaweza kuuelewa moyo wa Mungu kwa kina na Mungu aliweza kumfungulia moyo wake kama rafiki yake. Hizi ni baraka tukufu zilizoje!

Kwa sababu Mungu ni upendo, anataka kila mmoja awe kama Ibrahimu na afikie vyeo vilivyobarikiwa na kutukuka. Hiyo ndiyo sababu Mungu aliacha rekodi yenye utondoti kuhusu Ibrahimu. Kila atakayefuata mfano wake na kulitii neno la Mungu anaweza kupokea baraka hizo hizo atokapo na aingiapo kama Ibrahimu alivyofanya.

Upendo na Hukumu ya Haki ya Mungu Anayetaka Kutubariki

Kufikia hapa tumeangalia Mapigo Kumi yaliyotupwa juu ya Misri na Pasaka iliyokuwa njia ya wokovu kwa Waisraeli. Kupitia kwa hayo tunaweza kuelewa ni kwa nini tunakabiliwa na mabaa, jinsi tunavyoweza kuyaepuka, na jinsi tunavyoweza kuokolewa.

Tunapopatwa na matatizo au magonjwa, ni lazima tutambue kwamba sababu asili ni maovu yetu. Kisha, ni lazima tujiangalie upesi, tutubu, na kuacha kila aina ya uovu. Pia, kupitia kwa Ibrahimu, tunaweza kuelewa ni aina gani za baraka za ajabu na zisizoweza kufikiriwa, ambazo Mungu huwapatia wale wanaomtii.

Kuna sababu kwa kila baa. Kulingana na kiasi tunachoweza kuyatambua na mioyo yetu, kuacha dhambi na uovu, na kujibadilisha, matokeo yatakuwa tofauti sana. Watu wengine watalipa adhabu ya makosa yao tu, huku wengine watapata giza au uovu mioyoni mwao kwa kupitia mateso na wapate nafasi ya kujibadilisha.

Katika Kumbukumbu la Torati sura ya 28, tunaweza kupata mlinganisho wa baraka na laana zitakazokuja juu yetu katika hali za Kutii na kutotii neno la Mungu.

Mungu anataka kutubariki, lakini kama alivyosema katika Kumbukumbu la Torati 11:26, "Angalieni, nawawekea mbele yenu hivi leo baraka na laana," chaguo ni letu. Tukipanda maharagwe, maharagwe yatamea. Vivyo hivyo, tunapata mabaa yalitwayo na Shetani kama matokeo ya dhambi zetu. Katika hali hii Mungu hana budi kuruhusu mabaa yafanyike kwetu kulingana na hukumu yake ya haki.

Wazazi hutaka watoto wao wawe matajiri, na husema, "Soma kwa bidii," "Ishi maisha ya utaua," "Tii sheria zote za barabarani," na kadhalika. Akiwa na moyo wa aina hiyo hiyo, Mungu ametupatia amri zake na anataka tuzitii. Wazazi hawataki kamwe watoto wao wakose kuwatii na watumbukie katika njia za kupata mabaya na maangamizi. Vivyo hivyo, si mapenzi ya Mungu kamwe kwetu sisi kupatwa na matatizo.

Kwa hivyo, ninaomba katika jina la Bwana Yesu Kristo kwamba nyote mtatambua kwamba mapenzi ya Mungu kwa ajili ya watoto wake si mabaa bali baraka. Na kupitia maisha ya utiifu, utapokea baraka utokapo na uingiapo, na kila kitu kitaenda vizuri kwako.

Mwandishi:
Dr. Jaerock Lee

Dr. Jaerock Lee alizaliwa Muan, Jimbo la Jeonnam, katika Jamhuri ya Korea, mwaka 1943. Akiwa na miaka kati ya ishirini na thelathini, Dr. Lee aliugua magonjwa mengi yasiyokuwa na tiba kwa muda wa miaka saba na alikata tamaa ya kupona na akawa anasubiri kifo. Siku moja majira ya kuchipua mwaka 1974, alipelekwa kanisani na dada yake na alipopiga magoti kuomba, Mungu aliye hai alimponya magonjwa yote mara moja.

Tangu wakati Dr. Lee alipokutana na Mungu aishiye kupitia uponyaji huo wa ajabu, amempenda Mungu kwa moyo wake wote na kwa uaminifu, na mnamo mwaka 1978 aliitwa ili awe mtumishi wa Mungu. Aliomba kwa dhati na kufunga mara nyingi sana ili aweze kujua kwa hakika mapenzi ya Mungu, ayatimize yote na kulitii Neno la Mungu. Mwaka 1982, alianzisha Kanisa Kuu la Manmin katika jiji la Seoul, Korea, na kazi nyingi za Mungu, ikiwa ni pamoja na miujiza ya uponyaji na maajabu, vimekuwa vikitendeka katika kanisa hili.

Mnamo mwaka 1986, Dr. Lee aliwekwa wakfu na kusimikwa kama mchungaji katika Mkutano wa Mwaka wa Kanisa la Yesu huko Sungkyul, Korea, na miaka minne baadaye, mwaka 1990, mahubiri yake yalianza kurushwa katika nchi za Australia, Urusi, na Ufilipino.

Miaka mitatu baadaye, mwaka 1993, Kanisa kuu la Manmin lilichaguliwa kuwa moja ya "Makanisa 50 Yanayoongoza Duniani" na jarida la Christian World la Marekani na alipata Shahada ya Heshima ya Uzamivu katika Theolojia (Honorary Doctorate of Divinity) kutoka chuo cha Christian Faith, Florida, Marekani, na katika mwaka 1996 alipata Ph. D. katika Huduma kutoka Kingsway Theological Seminary, Iowa, Marekani.

Tangu mwaka 1993, Dr. Lee amefanya utume/umisionari wa ulimwengu kwa kufanya mikutano mingi huko Tanzania, Argentina, L.A., jiji la Baltimore, Hawaii, na jiji la New York huko Marekani, Uganda, Japani, Pakistani, Kenya, Ufilipino, Hondurasi, India, Urusi, Ujerumani, Peru, Jamhuri ya Kidemokrasia ya watu wa Congo, na Israeli. Mnamo mwaka 2002 alipewa jina la "mchungaji wa ulimwengu wote" na magazeti maarufu ya Kikristo nchini Korea kutokana na kazi yake katika mikutano mbali mbali aliyoifanya nje ya nchi.

Kufikia Septemba mwaka 2010, Manmin Central Church ina washirika zaidi ya 100,000. Kuna makanisa yapatayo 9,000 ulimwengu mzima ambayo ni matawi ya Manmini Central Church yakiwemo makanisa 56 yaliyoko Korea, na wamisionari zaidi ya 132 wametumwa nchi 23, ikiwemo Marekani, Urusi, Ujerumai, Canada, Japan, China, Ufaransa, India, Kenya, na nyingine nyingi kufikia sasa.

Kufikia kuchapishwa kwa kitabu hiki, , Dr. Lee ameandika virabu 60, vikiwemo vile vilivyo maarufu kama Kuonja Uzima Wa Milele Kabila Mauti, Maisha Yangu Imani Yangu I & II, Ujumbe wa Msalaba, Kiasi cha Imani, Mbinguni I & II, Jehanamu, Amka, Isreali!, na Nguvu za Mungu. Vitabu vyake vimetafsiriwa katika zaidi ya lugha 44.

Makala yake ya Kikristo huchapishwa kwenye The Hankook Ilbo, The JoongAng Daily, The Chosun Ilbo, The Dong-A Ilbo, The Munhwa Ilbo, The Seoul Shinmun, The Kyunghyang Shinmun, The Korea Economic Daily, The Korea Herald, The Shisa News, na The Christian Press.

Mwenyekiti wa The United Holiness Church of Jesus Christ; Raisi wa Manmin World Mission; Rais wa Kudumu wa The World Christianity Revival Mission Association; Mwasisi na Mwenyekiti wa Bodi ya Global Christian Network (GCN); Mwasisi na Mwenyekiti wa World Christian Doctors Network (WCDN); na Mwasisi & Mwenyekiti wa Bodi ya, Manmin International Seminary (MIS).

www.ingramcontent.com/pod-product-compliance
Lightning Source LLC
LaVergne TN
LVHW021823060526
838201LV00058B/3489